அசுரகணம்

அசுரகணம்

க.நா.சுப்ரமண்யம்

எழுத்து பிரசுரம்

அசுரகணம்

Asuraganam Ka.Na.Subramanyam

First Edition by Ezutthu Prachuram: January 2020
(An imprint of Zero Degree Publishing)

ISBN: 978-93-87707-51-2

Title No. EP: 114

Zero Degree Publishing
No. 55(7), R Block, 6th Avenue,
Anna Nagar,
Chennai - 600 040

Website : www.zerodegreepublishing.com
E Mail : zerodegreepublishing@gmail.com
Phone : 98400 65000

Cover Art: Humshini
Layout: R. Prakash
Printed at Repro India, Mumbai

க.நா. சுப்ரமண்யம் (1912 - 1988)

க.நா.சு. எனப்படும் கந்தாடை நாராயணசாமி சுப்ரமண்யம் தஞ்சை வலங்கைமானில் பிறந்தவர். எழுத்தாளராக வாழ்வது என்ற முடிவை இளம் வயதிலேயே தேர்ந்து கொண்டு வாசிப்பிலும் எழுத்திலும் நிறைவடைந்தார்.

க.நா.சு. படைப்புகளில் சர்மாவின் உயில், வாழ்ந்தவர் கெட்டால், ஒருநாள், பொய்த் தேவு, அசுரகணம் முதலான பல நாவல்கள் முக்கியமானவை. தமிழ் இலக்கியம் உலக இலக்கியத்துக்கு நிகராக நிற்க வேண்டும் என்ற கவலையில், பல உலக இலக்கியங்களைத் தமிழுக்கு மொழியாக்கம் செய்தார்.

சிறுகதை, நாவல், கவிதை, கட்டுரை, மொழிபெயர்ப்பு, விமர்சனம் முதலான பல துறைகளிலும் தரமாக இயங்கிய க.நா.சு. தன் காலத்துக்கு மேலான பல பரிசோதனை முயற்சிகளைச் செய்திருக்கிறார்.

நவீன இலக்கிய முயற்சிகளுக்கான சங்கமாகச் செயல்பட்ட மணிக்கொடியின் முக்கிய அங்கத்தினர் இவர்.

1986ஆம் ஆண்டு சாகித்ய அகாதமி பரிசு பெற்றார். தமிழக அரசின் விருது, குமாரன் ஆசான் விருது போன்றவற்றால் கௌரவிக்கப்பட்டார். 1988ஆம் ஆண்டு டிசம்பர் 16ஆம் தேதி தில்லியில் மறைந்தார்.

அசுரகணம் நாவலில் ராமாயணத்திலிருந்து ஆரம்பித்து ஃப்ராய்ட், யுங் என்று நவீன மனோதத்துவ ஆராய்ச்சியாளர்கள் வரையில் ஏற்றுக்கொண்ட, கிளப்பிய சித்தாந்தங்கள் இடம் பெறுகின்றன; கிளப்பப்படுகின்றன. மனித மனதத்துவம் என்பதிருக்கிறதே - அது ஆழமான விஷயம், கனமான விஷயம். ஆழமும் கனமும் கூடக்கூட ஒரு நவீனச் சிக்கலும் கூடுகிற மாதிரி இருக்கிறது. அசுரகணம் என்பது எனக்கும், என்னைப் போலச் சிந்திக்கிற பலருக்கும் திருப்தி தந்த நாவல். அதன் ஆரம்பத்துக்கும் முடிவுக்கும் இடையில் கிட்டத்தட்ட பதினைந்து ஆண்டுகள் இருந்தன என்பது அதன் ஆழத்தையும் கனத்தையும் அதிகரிக்க உபயோகப்பட்டது.

க.நா. சுப்ரமண்யம்

01

நாதசுர சப்தம் கேட்டால் யாருக்காவது சாவு நினைவுகளாக வருமோ?

எனக்கு வருகிறதே! என்ன செய்ய?

அன்று புதன்கிழமை என்று எண்ணுகிறேன். எங்கள் தெருவில் ஏதோ ஒரு வீட்டிலிருந்து மேளச் சப்தம் கேட்டது. வழக்கம்போல் நேற்றைய உலகத்தை அசைபோட்டுக்கொண்டு படுக்கையில் புரண்டு கொண்டே கிடந்த எனக்கு, நாதசுர சப்தம் காதில் விழுந்த மாத்திரத்திலே, ஒன்றன்பின் ஒன்றாகப் பல சாவு ஞாபகங்கள் வந்தன.

நாதசுரம் காதைத் துளைத்தது. மூன்றாவது வீட்டில் தவுல் பிய்ந்துவிடும் போல இருந்தது, என் காதுத் தவுலையும் பிய்த்துக் கொண்டு.

என் சிந்தனை மூட்டம் அச்சப்தம் கேட்டே கலைந்திருக்க வேண்டும் என்று எண்ணுகிறேன்.

சாதாரணமாக மேளச் சப்தத்தைக் கேட்பவர்கள் சுபமான காரியங்களுடன் சேர்த்துக் கணிப்பர். அதுதானே மனித சுபாவம்? என் சுபாவம் சற்றே மாறுபட்டது. விசித்திரமானது.

சற்றே என்ற சொல்லும் பிசகுதான். முற்றிலும் விசித்திரமானது என்றுதான் சொல்லவேண்டும்.

இந்தப் பதினெட்டரை வருஷங்களில் நான் அறிந்துள்ள, நேரில் கண்ணுற்ற சாவுகளை எல்லாம் எனக்கு அது நினைவூட்டியது.

ஆமாம். சாவுகளைத்தான்!

முந்திய வாரம் நண்பகல் நடுத்தெருவில் நிர்வாணமாகச் செத்து விழுந்து கிடந்த அந்த அனாதைக் கிழவி, எத்தனை நாட்கள் அவளுக்குப் பிச்சை போட மறுத்திருப்பேன் நான்! அதற்கு முன் என் தாயின் சாவு, சாவினும் துளி கோணாத நேர்மை அது! அதற்கும் முன் நடுத்தெருவிலே ஒரு மோட்டார் காருக்கடியிலே அகப்பட்டு மூளை சிதறி - அல்ப மூளை அது - இறந்த அந்த வாலிபன்!... இப்படியாகப் பல சாவுகள்.

தெருவிலே அதிகாலையில் சாஸ்திரோக்தமாகச் சாணி தெளித்துக்கொண்டிருந்த ஒன்பது வயதுச் சிறுமி ஒருத்தி மேல் - அவள் பெயர் வாலம் என்று ஞாபகம் எனக்கு - காரணமில்லாமலே ஓடி வந்து மோதிய ஒரு பஸ். அதுதான் என் ‘முதல் சாவு’. அப்போது எனக்கு வயது ஏழுதான் இருக்கும் என்று எண்ணுகிறேன்.

இப்படியாகத் தெருவிலே கேட்ட மேளச் சப்தத்தால் தூண்டப்பட்டு என் சாவு நினைவுகள் ஒன்றன்பின் ஒன்றாக, இன்னமும் மங்காத ஒரு தூர காலத்துக்கு, ஒரு தூரப் பிரதேசத்துக்கு என்னையும் மீறியே செல்கின்றன.

நான் என்னவோ மற்றவர்களைப்போல, சாதாரணமான மற்றவர்களைப்போல், சாதாரணமானவனாக இல்லை என்கிற ஒரு நினைவு சதா என்னுள்ளே தலை தூக்கிக்கொண்டேயிருக்கிறது. சாதாரணமாகச் சிந்திக்கவோ, சாதாரணமாக நடந்து கொள்ளவோ என்னால் இயலவில்லை.

என் சித்தமும் போக்கும், சுருக்கமாகச் சொன்னால், சற்றே முழுவதுமே விசித்திரமானவைதான்.

கல்லூரியில் படிக்கிற என்னை, இந்தக் கிராக்கா?’ என்று என் சகமாணவர்கள் குறிப்பிடுகிறார்கள் என்பது எனக்குத் தெரியும். அது ஒரு வசை மொழியாகக்கூட என் மனத்தில் படுவதில்லை, என் சுபாவத்தை உள்ளபடியே குறிப்பிடுகிற ஒரு சாதாரண அடைமொழியாகத்தான் நானே அதை ஏற்றுக் கொள்ளுகிறேன்.

முதலில் சில நாட்கள், சில வாரங்கள் என்றும் சொல்லலாம், என் காதில் இந்த வார்த்தை விழுந்தால் நான் கோபித்துக் கொள்ளப்போகிறேனே என்று பயந்தவர்களாக, அது காதில் விழாமல் தங்களுக்குள்ளாகவே மறைவாகப் பேசி மறைக்கப் பார்த்தார்கள். கிராக்கு என்று அழைக்கப் படுவதையும் பொருட்படுத்தாத கிராக்கு நான் என்பது அவர்களுக்கு நாளடைவில் தானாகவே தெரிந்துவிட்டது. கிராக்கு என்றும், அனுதாபத்துடன் பேசும்போது ஸெமி என்றும் என் காது

கேட்கவே சொல்லவும், கூப்பிடவும் கூட அவர்கள் இப்பவெல்லாம் தயங்குவதில்லை.

நான் கோபித்துக்கொள்ளுவதில்லை.

கிராக்கு என்ன, ஸெமி என்ன, பைத்தியம் என்ன?

எல்லாமே வெறும் வார்த்தைகள் தான். வார்த்தைகளைக் கண்டு பயப்படுவதும், கோபித்துக்கொள்வதும், மிரளுவதும் நிழலைக் கண்டு பயப்படுகிற மாதிரித்தான் என்பதே என் நினைப்பு.

உலகிலே பயப்படுவதற்கு வேறு எத்தனையோ விஷயங்கள் உண்டே! வெறும் வார்த்தைகளைக் கண்டு மிரளுவானேன் என்றுதான் நான் எண்ணுகிறேன்.

வெறும் வார்த்தைகளைக் கண்டு பயப்படுவதும், வெறும் வார்த்தைகளைப் போட்டு உருட்டி மோகித்து மயங்குவதும் பைத்தியக்காரர்கள் செயல் என்றே, பைத்தியமாகிய எனக்குத் தோன்றுகிறது.

பைத்தியமா? யார் பைத்தியம்?

நானா? உலகமா?

ஆனால், ஒன்று மிகவும் தெளிவு. உலகிலுள்ள மற்றவர்கள், மக்கள் என்று நடமாடுகிறவர்களில் பெரும்பான்மையோரைப் போல நான் இல்லை. நான் சராசரி மனிதன் அல்ல.

நான் அவர்களைப் போல் இல்லை என்று சொல்லுவதா? அவர்களில் யாரும் என்னைப்போல் இல்லை என்று சொல்லுவதா?

இதையே என் முதல் துரதிருஷ்டமாக நான் கருதுகிற சமயங்கள் உண்டு.

இதுவேதான் என் அதிர்ஷ்டம், என் பலம் என்று நான் கருதிப் பெருமைப்படுகிற காலங்களும் உண்டு.

என் அசாதாரணத்துவத்துக்கு ஓர் உதாரணமாகத்தான் நான் நாதசுர சப்தம் கேட்டால் சாவு நினைவுகள் என்னுள்ளே மண்டுகின்றன, குமிழியிட்டுக் கும்மாளமிடுகின்றன என்று சொன்னேன்.

நாதசுரம் - கொண்டாட்டம் - துக்கம் - சாவு என்கிற வரிசையில் என் சிந்தனைகள் இயங்கினால் நானும் சாதாரண மனிதர்களில் ஒருவன்தான் என்று எனக்குத் தோன்றிவிடும். ஆனால், என் சிந்தனைகள் அந்த வரிசையில் இயங்குவதில்லை. வரிசையை நானாக

ஞாபகப்படுத்திக்கொண்டால் கோபம் மூளுகிறது. இத்தனை பேர் இறந்துவிட்டதற்காக, இப்படி இன்று ஊர்கூடி, ஊரெல்லாம் ஒலிக்க நாதசுரம் வாசிக்க வேண்டாம் என்று எனக்குத் தோன்றுகிறது.

அனாதை கிழவி ஒருத்தி, துணியில்லாமல் செத்துக் கிடந்தால் அதற்காக உலகம் இசைப்பாடி மகிழ வேண்டுமா ?

ஆனால், இந்த என் கோபத்துக்கு ஆதாரமோ அஸ்திவாரமோ இல்லை என்பது எனக்குத் தெரியும். என் ஏறுமாறான, கோணலான சுபாவத்தில் தவிர வேறு எங்கும் அஸ்திவாரம் இல்லை.

எழுந்து வாசலில் வந்து அன்று எதற்காக மேளதாளம் எல்லாம் என்று எங்கள் வீடு கூட்டிக்கொண்டிருந்த பொன்னம்மாளை விசாரித்தேன். அவளை நியூஸ் பேப்பர் என்றுதான் நான் சொல்லுவது வழக்கம். எந்த வீட்டில் என்ன நடக்கிறது என்று அவளுக்குத் தெரியாவிட்டால், வேறு யாருக்குமே தெரிந்திருக்காது என்பது நிச்சயம்.

சின்னப்பையன் ஒருவனைப் படிக்க வைக்கிறார்களாம், அதற்காக மேளம் எல்லாம் தடபுடல் படுகிறது.

அப்படியே ஓடிப்போய் நான் படித்துக் கண்டுவிட்டதை யெல்லாம் அந்தக் கொண்டாட்டத்திலே எல்லாருக்கும் தெரிய எடுத்துச் சொல்லவேண்டும் என்று தோன்றுகிறது எனக்கு. உலகில் படித்தவர்கள் எல்லாம் எப்படிப்பட்ட அறிவிலிகளாக இருக்கிறார்களென்பதை அந்தப் பள்ளிக்கூடம் போகும் விழாவிலே கூறவேண்டும் என்று எனக்குத் தோன்றுகிறது.

பைத்தியக்காரத்தனமான சிந்தனைதான் அது, அல்லவா ? சாதாரண மனிதன் ஒருவனுக்கு இப்படியெல்லாம் தோன்றுமோ ?

படிப்பின் வியர்த்தம் மட்டும் என்ன, வாழ்வின் வியர்த்தமே நாதசுரத்தில் ஒலித்தது.

அதனால் தான் எனக்கு அது சாவின் நினைவுகளை எழுப்பியது போலும் !

செத்துப் போய்விட்டவர்களுக்காக மட்டும் ஊதவில்லை, அன்று அதிகாலையில், அந்த நாதசுரம். அந்தத் தவில் டும்டும் என்று அபசுரமாகவே செத்துக்கொண்டிருப்பவர்களுக்காகவும் தான் ஒலித்துக்கொண்டிருந்தது.

செத்த பிணமும், சாகும் பிணமும் திருமூலன் வந்து முடிக்கட்டும்.

இப்போது பல வாரங்களுக்குப் பிறகுதான் தெரிகிறது. எனக்காகவும் ஹேமாவின் தாயாருக்காகவும் ஒலித்தது அன்று அதிகாலையில் அந்த நாதசுரம் என்று.

எனக்குக் கதை சொல்லி முன்பின் பழக்கமில்லை என்றாலும், செத்திருந்தால் அல்லவா சுடுகாடு தெரியும்? என் கதையை ஒரு வழியாகச் சரியான இடத்திலேயே தொடங்கி விட்டேன் என்றுதான் தோன்றுகிறது.

இது நானாக நினைத்து, ஏற்பாடு செய்து, திட்டமிட்டுச் செய்தது அல்ல. எப்படியோ தானாக நேர்ந்துவிட்டது.

அந்தப் பையனைப் பள்ளிக்கூடம் போட்ட அன்றுதான் என் தகப்பனார் மாலையில் என்னை ஹேமாவின் வீட்டுக்கு அனுப்பினார். அதுதானே என் நரகவேதனையின் ஆரம்பம்? ஹேமாவை நான் நிமிர்ந்து நோக்கிய அந்த நாள், நாதசுரத்தில் பிறந்தது. என் மனசிலே அது எழுப்பிய சாவு நினைவுகள் போலவே சாவிலே முடிந்தது என்று சொல்லலாமா?

டாண்டே என்கிற மகாகவியைக் கையைப் பிடித்து சொர்க்கம் பூராவையும் சுற்றிக் காட்டினாளாம் பியாட்ரிஸ் என்கிற அவன் காதலி

என் காதலி என்னிடமிருந்து சொர்க்கம் என்று ஒன்று உண்டு என்கிற சங்கதியையே மறைத்துவிட்டாள். இல்லை, அவளுக்கு அது தெரியவே தெரியாதோ என்னவோ. எனக்குச் சொல்லத் தெரியவில்லை.

நரகலோகத்தில் தான் எனினும் அவளுடன் கை கோர்த்து உலாவி வருவதிலே ஒரு இன்பத்தை நான் கண்டேன் என்றுதான் நினைக்கிறேன்.

இன்பம் கண்ட இடத்தை சொர்க்கம் என்று சொல்லாமல் நரகம் என்று சொல்லுகிற என்னைப் பைத்தியக்காரன் என்றுதானே சொல்லவேண்டும்?

சுற்றி வந்தது நரகம் என்கிற நினைவும், எட்ட இருந்தது இன்பம் என்கிற நினைவும், என் உள்ளத்திலே கால் வீசிக் கைவீசிப் புயல் கிளப்பிவிட்டன. இன்ப துன்பம் தாண்டிய ஒரு நிலையை எட்டினேன் நான். பரப்பிரம்மாவும், பரமஹம்சனாகவும் ஆகியிருக்க வேண்டியது இம்மியளவில் தப்பியது.

ஆகவேதான் என் கதையைச் சொல்லப் பேனாவும் கையுமாக, கன்னித் தாளுக்கு எதிரிலே உட்கார்ந்திருக்கிறேன்.

ஹேமா அப்படியொன்றும் கன்னியல்ல என்றுதான் சொல்ல வேண்டும். என் தகப்பனாரும் எனக்கு என்னவோ வேண்டாதவர்தான்

எனினும், இந்த விளைவுகளையெல்லாம் உத்தேசித்தும் என்னை அன்று அவர் அவள் வீட்டிற்கு அனுப்பி வைக்கவில்லை.

உண்மையில் அன்று அவளைப்பற்றி என் தகப்பனாருக்கு ஒன்றுமே தெரியாது. மாம்பலத்தில் வேங்கடநாராயணா ரோட்டில் ஒரு குறிப்பிட்ட எண்ணுள்ள வீட்டில் தன் நண்பர் ஒருவர் வந்திருக்கிறார் என்றும், அவரைப் பார்த்து ஒரு செய்தி சொல்லிவிட்டு வா என்றும் என் அப்பா அன்று என்னை அனுப்பிவைத்தார்.

பி.ஏ. இரண்டாவது வருஷம் படித்துக்கொண்டிருந்த நான் இந்த மாதிரிக் காரியங்களைக்கூடச் சரிவரச் செய்யத் திறமை அற்றவன் என்பது என் தகப்பானாருக்குத் தெரியும். சாதாரணமாக அவர் என்னை இந்த மாதிரிக் காரியங்களுக்கெல்லாம் அனுப்பவே மாட்டார். அவர் ஏதாவது ஒன்று சொல்லிவிட்டு வரச் சொன்னால், அந்த ஒன்றைத் தவிர மற்ற சொல்லக்கூடாத ஒன்பதை சொல்லிவிட்டு வருகிற பிரகஹஸ்பதி நான் என்பது அவர் அனுபவம்.

"ஏண்டா இத்தனையும் சொன்னயே! இதையும் சொல்லக் கூடாதோ?" என்று அப்பா கேட்டால், "அதுதான் மறந்துவிட்டது அப்பா" என்று வழக்கமாகப் பதில் அளிப்பேன்.

அன்று வேங்கடநாராயணா ரோட்டில் அந்த எண்ணுள்ள வீட்டுக்கு என்னை அனுப்பிவைத்தது என் தகப்பனாரல்ல; விதிதான் என்று சொல்லவேண்டும்.

ஆனால், எனக்கு விதி என்பதிலும், அதிருஷ்டம் என்பதிலும், காரண காரிய தப்பமுடியாமையிலும் அப்படி ஒன்றும் அசைக்க முடியாத நம்பிக்கை கிடையாதுதான். இருந்தாலும் விதி என்று நானே சொல்லவேண்டியதாகத்தான் இருக்கிறது. வேறு வழியில்லை.

ஏனென்றால் ஹேமாவை அன்று அந்தச் சந்தர்ப்பத்தில் நான் அறியத் தொடங்கியது தவிர்க்க முடியாதது. தப்பமுடியாது என்றும், அதன் விளைவுகள் என்னை இன்று வரை, இங்கு வரை கொணர்ந்துவிட்டிருக்கின்றன என்றும் சொல்ல வேண்டியதாகவே இருக்கிறது.

02

மாம்பலத்தில் வேங்கடநாராயணா ரோட்டில் ஒரு குறிப்பிட்ட எண்ணுள்ள வீட்டில் போய், "ஸார்!" என்று கூப்பிட்டேன்.

உள்ளேயிருந்து ஒரு பெண் குரல், "யார் அது?" என்று அதட்டலாகக் கேட்டது.

நான் தேடி வந்தவர் பெயரை, அது நல்லவேளையாக மறந்து விடவில்லை எனக்கு. "அவர் இங்குதான் இருக்கிறாரா?" என்று கேட்டேன்.

பதில் சொல்லாமலே அந்த அதட்டல் குரலின் சொந்தக்காரி உள்ளேயிருந்து அலங்காரத் திரையை விலக்கிக் கொண்டு உள்வாசற்படி தாண்டி வெளியே வந்துவிட்டாள். நாகரிகமாக, மிகவும் ஸ்டைலாகத்தான் இருந்தாள் அவள் என்பது, இதுபற்றி எதுவுமே தெரியாத எனக்கும் கூட அவளைக் கண்டவுடனேயே தெரிந்தது. இவ்வளவு பகட்டாக, ஒருங்கே கண்ணையும் மூக்கையும் கவரும்படியாக ஒருத்தி இருக்க வேண்டியதன் அவசியம் என்ன என்று என்னையே கேட்டுக் கொண்டு நின்றேன்.

"நீங்களா?" என்றாள் அவள். என்னை நன்றாக அறிந்தவள் போல.

திடுக்கிட்டு, "ஆமாம், நான்தான்" என்றேன். மீண்டும் ஒருதரம் அவளை நிமிர்ந்து பார்த்தேன். முன்ஹால் சுவரில் மாட்டியிருந்த காலண்டர் அழகியைப் பார்த்தேன். மூன்றாவது முறையாக அவள் முகத்தைப் பார்த்தேன்.

உண்மையில் அவளை எனக்குத் தெரியவில்லை. எனினும் நானும் அவளை அறிந்து கொண்டவன் போல, "நீயா?" என்றேன்.

முந்திய ஜன்மத்தில் அவளை அறிந்திருந்தேனோ நான்?

இந்த ஜன்மத்தில் போலவே அவள் பல ஜன்மங்களில் என் மனைவியாக இருந்தவள் தானோ?

காதல் என்று சொல்லுகிறார்களே, அது பூர்வஜன்ம வாசனைதானோ?

"The multitudinous seas incarnadine"

"நீ யார்?" என்று கேட்கத் தொடங்கி, பலவீனத்தினால் "நீயா?" என்று நிறுத்திவிட்டேனோ?

என்னாலேயே இதெல்லாம் பற்றி ஒன்றும் தீர்மானிக்க முடியவில்லை.

அசட்டுத்தனமான கேள்விகள் கேட்பதும், அசட்டுத் தனமான பேச்சுகள் பேசுவதும் அப்படி ஒன்றும் எனக்குப் புதிய விஷயம் அல்ல. தத்துப்பித்தென்று, இன்னதை எதற்காகச் சொல்லுகிறோம் என்று அறியாமல், வார்த்தை போதையிலே, கவிதையாக, பைத்தியத்தின் பேத்தலாக ஏதாவது சொல்லி விடுவேன் நான். எனக்கே ஏன், எதற்காக, எப்படி என்றெல்லாம் தெரியாது.

இந்தப் பேச்சும், பரவசமும், பார்வையும், பித்தமும்,கிறக்கமும் எங்கே போய் முடிந்திருக்குமோ, தெரியாது.

ஆனால், நல்ல வேளையாக அச்சமயம் யாரோ அது அந்தப் பெண்ணின் தாயாராகத்தான் இருக்க வேண்டும் என்று அவள் உருவத்தையும் முகத்தையும் பார்த்தால் தெரிந்தது, உள்ளே வந்தாள். "யாரடி அது, ஹேமா?" என்று கேட்டுக்கொண்டே வந்தாள்.

ஹேமாவா அவள் பெயர்? தாயார் ஹேமா என்று கூப்பிட்டாள். முழுப்பெயர் ஹேமாங்கினியாகவோ, ஹேமலதா வாகவோ இருக்கலாம். கல்கத்தாவில் எந்தக் காலத்திலாவது வங்காளிகள் மத்தியிலே இருந்த குடும்பமாக இருக்கும் என்று எண்ணினேன் நான்.

ஹேமா தன் தாயாரிடம் சொன்னாள், இவர் என்னோடு என் வகுப்பில் படிக்கிறார் அம்மா. ராமன் என்று பெயர். மாமாவைத் தேடிக்கொண்டு வந்திருக்கிறார். எங்கள் வகுப்பில் நாலு சப்ஜெக்டிலேயும் இவர்தான் முதல்" என்றாள்.

ஓஹோ! ஹேமா என்னோடு என் வகுப்பிலே படிப்பவளா? சரிதான்.

அப்படியானால் என்னை என் சகமாணவர்கள் ஸெமி, கிராக்கு என்றெல்லாம் சொன்னதும் அவளுக்கும் தெரிந்திருக்கும். அதையும் அவள் தன் அம்மாவிடம் என் எதிரிலேயே சொல்லியிருக்கலாம்.

எனக்கு ஓர் ஆட்சேபமும் இல்லை. ஆனால், அதைப் பின்னர் சொல்லலாம் என்று வைத்திருப்பாள். போகட்டும்.

என் லூஸ்தனங்கள் அவளுக்குப் புதுசாக இருக்க நியாயமில்லை என்கிற நினைப்பு எனக்கு ஆறுதல் தருகிற மாதிரித்தான் இருந்தது.

"யார் நீ?" என்று அவளைக் கேட்டுவிட்டு, அசட்டுப் பட்டம் கட்டிக்கொள்ளாதிருந்தேனே, அந்த மட்டில் நல்லது தான் என்று எண்ணினேன். எனக்குக் கிராக்காக இருக்க ஓர் ஆட்சேபமும் இல்லை. பைத்தியக்கார உலகிலே பைத்தியக்காரன் என்றால் பைத்தியம் அல்லாதவன் என்றுதான் அர்த்தம். ஆனால், அசடு என்கிற பட்டத்துக்கு உரியவனாக இருக்க மட்டும் எனக்கு என்றும் விருப்பம் கிடையாது.

நான் தேடி வந்தவர் அவளுடைய மாமாவாம். என் தகப்பனாருடைய நண்பர், அவர் அப்பொழுது வெளியே போயிருந்தார். எங்கே என்று அம்மா, பெண் இருவருக்குமே தெரியாது. அவர் திரும்பி வரும் வரையில் நான் அங்கேயே இருக்கலாம், எப்படியும் அரைமணிக்குள் வந்துவிடுவார் என்றாள் ஹேமாவின் தாயார்.

அங்கேயே இருக்க வேண்டியதாயிற்று.

வேறு எங்கேயோ ஏதோ வேலை இருப்பதாகச் சொல்லி விட்டுப் போயிருக்கலாம் தான். ஆனால், அவ்வளவுக்கு அச்சமயம் என் கற்பனை ஓடவில்லை.

இப்போது எண்ணிப் பார்க்கும்போது, எனக்கு அப்படிப் போய்விட விருப்பம் இல்லையோ என்றுகூடத் தோன்றுகிறது!

எனக்கே நிச்சயமாகத் தெரியவில்லை.

"நீயா?" என்று ஹேமாவை ரொம்பவும் தெரிந்தவன் மாதிரிக் கேட்ட நான், அந்த வீட்டுக்கு மிகவும் பழகியவன் மாதிரி, ஹேமாவின் தாய் காட்டிய ஆசனத்திலே நல்ல பிள்ளையாக உட்கார்ந்துவிட்டேன்.

ஹேமா அறைக்குள்ளும் வெளிக்கூடத்துக்குமாகக் காரணம் எதுவுமில்லாமலே போய்ப் போய் வந்து கொண்டிருந்தாள். இப்படித் தோன்றி மறைந்துகொண்டிருக்கும் பழக்கம் என் தங்கை ருக்குவுக்கும் உண்டு. ஆனால், ருக்குவிடம் எனக்கு அசாத்தியக் கோபம் வரும். "தொலைந்து போயேன். கண் எதிரில் வராதே!" என்று கத்துவேன்.

ஹேமா மாதிரியே பின்னலைக் கைவிரலால் சேஷ்டை செய்துகொண்டு, "என்ன அண்ணா? என்ன சொல்றே?" என்று கேட்டுக்கொண்டு என் முன் வருவாள் ருக்கு.

ஹேமா செய்தது என்னையும் அறியாமலே எனக்குப் பிடித் திருந்தது. ஆத்திரமூட்டுவதற்குப் பதில் அது எனக்கு அமைதியைத் தந்தது.

அறை கதகதப்பாக இருந்தது. நான் உட்கார்ந்திருந்த ஆசனமோ மெத்தென்று எனக்குப் பிடிப்பாகவே இருந்தது.

ஃப்ராய்ட் என்ற மனோதத்துவ நிபுணர் கற்பனையால் கண்டு சொன்ன ஒரு விஞ்ஞானக் கொள்கை எனக்கு ஞாபகம் வந்தது. மனிதர்களாகப் பிறந்துவிட்டவர்கள் எல்லாருக்குமே கவலையற்ற, மெத்தென்ற, சுகமான, தாய் வயிற்றுக் கர்ப்பப்பை நினைவு அற்றுப்போவதேயில்லை, அந்த சுகத்தை நாடியே மனிதர்கள் செயல்படுகிறார்கள், ஒவ்வொரு காரியத்தையும் செய்கிறார்கள் என்று கண்டு சொன்னான் அவன்.

அது உண்மையாகவும் இருக்கலாமோ என்றுதான் தோன்றுகிறது.

அந்த அறையும் அந்த ஆசனமும் எனக்கு, நான் அறியாத ஆனால், ஃப்ராய்ட் தத்துவப்படி நினைவில் வைத்திருந்த என் தாயின் கர்ப்பப்பையை எனக்கு நினைவூட்டியிருக்கலாம்தான்.

கதகதப்பும், மிருதுத் தன்மையும், ஹேமாவின் தாயின் தாய்மையும் அந்த நிமிஷத்து நித்தியமான சொர்க்கமாகவே எனக்குத் தோன்றின.

தானாக எதுவும் செய்து அவதிப்பட வேண்டாத நிலை அது. அனுபவிக்கலாம்.

சும்மா இருப்பது என்கிற சுகத்தைத் தாயுமானவருடன் நானும் கண்டவன்தான்.

ஹேமா இரண்டு மூன்று தரம் உள்ளே போய்விட்டு வந்து, கடைசியாக என் பக்கத்து ஸோபாவில் உட்கார்ந்துகொண்டு ஏதோ சொன்னாள், அவளுடைய அழகிய குருவி வாய் திறந்து மூடுவதைப் பார்த்துக்கொண்டே, அவள் என்ன சொன்னாள் என்பதைக் காதில் வாங்காமலே ஆனந்தமாக, பரப்பிரும்மமாக வீற்றிருந்தேன் நான்.

அர்த்தமுள்ள விஷயமாக கல்லூரிப் பெண்ணாகிய அவளால் என்ன பேசிவிட முடியும்?

நான் பதில் எதுவும் தரவேண்டும் என்று அவள் எதிர்பார்த்ததாகவும் தெரியவில்லை.

இதை நான் என் தங்கை ருக்கு விஷயத்திலும் கவனித் திருக்கிறேன். அவள் பாட்டுக்கு மணிக்கணக்காகப் பேசிக் கொண்டேயிருப்பாள். அவள் சொன்னதை நான் காதில் வாங்குகிறேனா என்கிற கவலையே அவளுக்குக் கிடையாது.

ஹேமாவையும் என் தங்கையையும் நான் ஏன் இப்படி நிமிஷத்துக்கு நிமிஷம் இரண்டு தடவை ஒப்பிட்டுப் பார்க்கிறேன் என்பது எனக்கே தெரியவில்லை. என் தங்கை என்னுடன் பதினைந்து, பதினாறு வருஷங்களாக இருப்பவள். ஹேமா என்கிற இந்த அலங்காரி என்னோடு இரண்டு மூன்று வருஷங்கள் படித்திருக்கிறாள் எனினும், அவள் பெயர் கூட எனக்கு இன்று கால் மணி நேரத்துக்கு முன் வரையில் தெரியாதே!

ஹேமா என்கிற இவள் யார்? படிப்பிலே கூட அவள் எப்படி என்பது எனக்குத் தெரியாது. நான் என் வகுப்பில் பெண்கள் வீற்றிருக்கும் பக்கம் என் கண்களைத் திருப்பிக்கூடப் பார்த்ததில்லை.

பெண்கள் என்கிற விழிப்பு எனக்கு இன்னும், அன்றுவரை ஏற்பட்டதில்லை. காசு கொடுத்து வாங்கிய ஓர் அனுபவம் உண்டு. ஆனால், அதைப் பெண்மை என்றோ, விழிப்பு என்றோ சொல்ல முடியாதே!

என்னைப்பற்றிய வரையில் பெண்கள் தேவதைகளும் அல்ல; ராட்சசிகளும் அல்ல.

கால் மணியாயிற்று. அரைமணியும் ஆயிற்று. ஹேமாவின் மாமா திரும்பி வரவில்லை.

ஹேமாவின் தாயார் வெளியே வந்து எதிரில் இருந்த ஆசனத்தில் ஒய்யாரமாக உட்கார்ந்துகொண்டாள்.

“விசுவநாதன் சீக்கிரம் வந்துவிடுவான்” என்றாள்.

“வரட்டுமே!” என்றேன் நான்.

எனக்கு என்னவோ அந்த அறைக் கதகதப்பும், கர்ப்பப்பை இதமும் பிடித்துப் போய்விட்டன. அது மாறாமலே இருந்து விட்டால் நல்லது என்றுதான் தோன்றிற்று. பாழாய்ப் போன விசுவநாதன் வந்தால் விஷயத்தைச் சொல்லிவிட்டு நான் கிளம்ப வேண்டும்.

சும்மா இருப்பதுவே சுகம் என்கிற நம்பிக்கையுள்ளவன் நான்.

“என் பெண் நீங்கள் மிகவும் கெட்டிக்காரர் என்கிறாள். நீங்களோ எதுவும் பேசமாட்டேன் என்கிறேளே!” என்றாள் ஹேமாவின் தாயார்.

நான் கெட்டிக்காரன் என்று ஹேமா தன் தாயாரிடம் சொன்னாளாமே? எப்பொழுது சொன்னாளோ தெரியவில்லை. போகட்டும்.

“பேசாமல் இருக்கத் தெரிந்தவனைத்தான் சாதாரணமாக எல்லாரும் கெட்டிக்காரன் என்று மதிக்கிறார்கள்” என்றேன்.

“உண்மைதான்” என்றாள் ஹேமாவின் தாயார் உண்மையைக் கண்டவள் மாதிரி!

அந்த வினாடி அவள் ‘உண்மைதான்!’ என்று சொன்ன வினாடியிலிருந்து அவளிடம் ஒரு வெறுப்புத் தோன்றி வளர்ந்தது என்னுள்ளே.

என்னோடு ஒத்து, ஆமாம் போடுகிறவர்களைக் கண்டால் எனக்கு எப்பவுமே பிடிக்காது.

என்னோடு ஒத்துப் போகிறவர்கள், ஆமாம், ஆமாம் என்று நான் சொல்லுவதற்கெல்லாம் தலையை ஆட்டுபவர்கள் ரகசியத்தில் எனக்குக் குழி பறிக்கப் பார்க்கிறார்கள் என்று எனக்கு ஒரு சந்தேகம் உண்டு.

இதுவும் என் அசாதாரணத்துவங்களில் ஒன்றுதான். என் பைத்தியக்காரத்தனமான போக்குகளில் ஒன்றுதான் என்றே சொல்ல வேண்டும்.

எனக்கே நான் பைத்தியக்காரன் என்பது சிந்திக்கும் போது விளங்குகிறது. ஆகவேதான் பிறர் என்னைப் பைத்தியக்காரன் என்று சொல்லுகிறபோது எனக்குக் கோபம் வருவதில்லை.

பைத்தியக்காரனாகவும் இருக்க எனக்கு உரிமையுண்டு.

அந்த உரிமை உனக்குக் கிடையாது என்று யாராவது சொன்னால் தான் எனக்கு உண்மையில் கோபம் வரும். என் உரிமைகள் எதையும் பறிகொடுக்க நான் தயாராக இல்லை.

பிறர் என்னைப்பற்றி எந்த சந்தர்ப்பத்தில் என்ன நினைப்பார்கள் என்று எண்ணிப்பார்த்து அதற்காகத் தயங்குகிற சுபாவம் அல்ல என்னுடையது.

என் உள்ளத்தில் எழுந்து அலைமோதி, பாய்ந்து ஓய்ந்து அடங்குகிற சிந்தனைகளை, எல்லைகள் வரை தொடர்ந்து சென்று முடிவு காண்பதற்கே எனக்குத் தைரியமும், மனோ பாவமும், தெம்பும், நேரமும் போதவில்லை. இரண்டாம் பட்சமாகப் பிறர் என்ன நினைப்பார்கள் என்று எண்ணிக் கவலைப்பட எனக்கு நேரம் எது? நிம்மதி ஏது?.

இந்தப் பதினெட்டு வருஷங்களில் ஒன்று எனக்கு நிச்சயமாகிவிட்டது. உலகத்திலுள்ள மற்றவர்களைப் போல சராசரி மனிதனாக இருந்துவிட முடியுமானால் அதுதான் நல்லது. அதுதான் சுலபமானது. அதுதான் சௌகரியமானது என்று எனக்கு நிச்சயமாகிவிட்டது. அப்படியிருக்கவே நானும் ஆசைப்படுகிறேன்.

முடியவில்லை.

பழக்கப்பட்ட சுவட்டிலே, தேய்ந்து போன தடத்திலே, மனித மந்தையிலே நானும் ஒரு மந்தை ஆடாக, யார் கண்ணிலும் தனியாகப் படாமல், எப்படியும் எந்தக் கவனத்தையும் கவராமல், இருந்த சோடு தெரியாமல் போய்விடுவது நல்லது.

அது தெரியாமல் மனிதர்கள் நினைவுச் சின்னங்கள் நிர்மாணிக்கிறார்கள்! பாவம்!

கறையெல்லாம் அழுக்குத்தான், நினைவுச் சின்னங்கள் எல்லாம் மறதியையே சுட்டிக்காட்டுகின்றன. நேர் நின்று நோக்கத்தான் யாருக்கும் தெம்பில்லை.

சுலபமாக, சிரமப்படாமல், யாரையும் சிரமப்படுத்தாமல் வாழ்ந்துவிட்டு இறப்பவனே சிறந்த மனிதன்.

மற்றவர்களைப் போல இருக்கவும் சிந்திக்கவும் அறியாதவன் தனிமையை நாடி, காட்டிலே விலங்குகளுக் கிடையே ஒரு விலங்காக அல்லது ரிஷிகளுக்கிடையே ஒரு ரிஷியாக உருமாறி வாழ்ந்துவிடுவது நல்லது. உலகில் நடமாடுவது பிசகு என்றுதான் தோன்றுகிறது.

என்னைப் போன்றவன், மனிதர்களிடையே மனிதன் என்று சொல்லிக்கொண்டு, பிறரை ஏமாற்றிக்கொண்டு மனத்திலே வனவிலங்காக வாழ்வது பிசகு என்றுதான் தோன்றுகிறது. பிசகு என்பது மட்டும் அல்ல. அது நடக்காத ஒரு காரியம் என்று கூடச் சொல்லலாம். நம் ஒருவன் விஷயத்தில் மட்டும் நடந்து விடும் என்று எண்ணி ஏமாறுவது சரியல்ல.

"கெட்டிக்காரன் என்பதற்கு அழகு பேசாமல் இருப்பது தான்" என்கிற ரீதியில் ஹேமாவின் தாய்க்கு நான் பதில் அளித்துச் சாமர்த்தியமாகத் தப்பித்துக்கொண்டேன். அது சரிதான். ஆனால், 'கெட்டிக்காரனுக்கு அழகு சிந்திக்காமல் இருப்பது என்று சொன்னால் அது பொருத்தமாக இருக்கும் என்றாலும், யாரும் ஒப்புக்கொள்ள மாட்டார்கள்.

ஏன்?

சிந்தனைகளின் முடிவு என்ன?

மனிதச் சிந்தனைகள் எதற்குமே ஒரு முடிவுமே கிடையாது என்பதுதான் சிறப்பான மனிதச் சிந்தனை.

புத்தனுக்குப் பிறகும், ஸாக்ரடிஸுக்குப் பிறகும், ஒரு குங்கிற்குப் பிறகும், ஜராதுஷ்டிரனுக்குப் பிறகும், சங்கரனுக்குப் பிறகும் சிந்தனை தேவையாகத்தான் இருக்கிறது.

சிந்தனைகளை முடித்துவைத்து, மனித குலத்துக்கு வைட்டமின் (சிந்தனை) மாத்திரைகளைக் கண்டு பிடித்துத் தரத் தான் எல்லாச் சிந்தனையாளர்களுமே முயன்று வந்திருக்கிறார்கள்.

டானிக் சாப்பிட்டு உடம்பு தேறியவன் இல்லை.

டானிக்குகள் நோயாளிக்குத் தேவையில்லை. ஆனால், டாக்டர்களுக்கு, அவர்கள் பிழைப்புக்குத்தான் முதல் தேவை.

எனக்கு ஜாதகம், ஜோசியம் என்பதிலெல்லாம் நம்பிக்கை கிடையாது. ஆனால், நான் என் ஜாதகப்படி என் ஐம்பத்தி ரெண்டாவது வயதில் ஒரு லோக குரு ஆவேன் என்று சொல்லி என் தகப்பனார் பெருமைப்படுவதுண்டு.

லோக குருமார் எத்தனை பேரோ வந்து போனது உண்மை தான் எனினும், உலகம் இன்னமும் லோகமாகத்தான் இருக்கிறது.

கடைசி லோககுருவாக இருக்க முடியுமானால் அது மிகவும் நல்ல காரியம் என்று சொல்லலாம். ஆனால், எனக்குப் பின்னும் லோககுருமாருக்கு அவசியம் ஏற்படும் தானே?

அதுபற்றி என் ஜாதகம் எதுவும் என் தகப்பனாருக்குக் கூறியதாகத் தெரியவில்லை.

என் ஐம்பத்தி ரெண்டாவது வயது இன்னும் எத்தனையோ தூரத்தில் இருக்கிறது.

உலகிலே கொள்ளை நோயுண்டு; கருக்கரிவாள் உண்டு; பூகம்பம் உண்டு; ஈ, கொசுக்கள், கிருமிகள் உண்டு; அரசியல் தலைவர்கள் உண்டு; ஆட்சிக் கட்சிகள் உண்டு; அணு ஜல குண்டுகள் உண்டு; இத்தனையும் மீறி இன்று பத்தொன்பது வயது தாண்டாத நான் ஐம்பத்தி ரெண்டு வயது வரை இருக்க வேண்டும்.

இருந்தால் பார்த்துக்கொள்ளலாம்.

இருப்பேன் என்றும் ஓர் உள்ளுணர்வு தோன்றுகிறது.

இத்தனையும் மட்டுமல்ல. பட்டினி பசியையும் மீறி வாழ்க்கைப் போராட்டத்தின் தினசரிக் கெடுபிடிகளையும் தாண்டி இருப்பேன் என்றுதான் ஓர் உள்ளுணர்வு சொல்லுகிறது.

ஆனால், அந்த உள்ளுணர்வு உலகத்துக்கே, மனித குலத்துக்கே பொதுவானது. எரிமலையின் சாரலிலே வசிக்கிறவன்தான் மனிதன்.

ஆனால், ஆனால்... எதை மீறி வாழ்ந்தாலும் வாழ்ந்துவிடலாம். காதல் எனும் சாவிலே வாழ்வு சாத்தியமல்ல. இதுதானே காதல்?

"நீயா?" என்று ஹேமாவை பூர்வஜென்ம வாசனை என்று நான் ஏற்றுக்கொள்ளாத ஒன்றைக் கொண்டு அறிந்து கேட்டதுடன் காதல் உதயமாகிவிட்டது என்றுதான் எண்ணினேன் நான்.

பைத்தியக்காரச் சிந்தனைகள் எனக்குப் புதிதல்ல. எனினும் இந்தக் காதல் சிந்தனை புதிதுதான்.

மூன்று வருஷங்களாக என்னுடன், என்னைக் கெட்டிக்காரனாக அங்கீகரித்துப் படித்து வரும் ஹேமாவை இன்று கண்டதும் நான் காதல் கொள்ளுவானேன்? என்று என்னையே கேட்டுக்கொண்டு ஸோபாவில் வீற்றிருந்தேன் நான்.

சுக சௌக்கிய உணர்வும், ஒரு பரவச நினைப்பும் மட்டும் நீடித்தது.

அந்த உணர்வையும், நினைப்பையும் நீடித்துக்கொண்டே, கல்ப காலங்கள், யுகப் பிரளயம் வரை இருந்து விடலாம் என்று எனக்குத் தோன்றியது.

நான் நிமிர்ந்து ஹேமாவைப் பார்த்தேன். அவளுடைய மூன்று கூர்மையான பற்கள் தேங்காய்க் கீற்றுகள் போலத் தெரிந்தன. மேலுதட்டில் அரும்பி இருந்த வியர்வை இவளும் ஏதோ ஒரு அசாதாரணமான உணர்ச்சிவசப்பட்டிருப்பதைக் காட்டியது.

"வீடு தேடி வந்துவிட்டான். தப்ப விடக்கூடாது" என்று எண்ணினாளோ அவள்? அல்லது,

"வீடு தேடி வந்துவிட்டான். நான் தப்புவது எப்படி?" என்று எண்ணினாளோ?

எப்படி அவள் எண்ணினால் நல்லது என்று என்னைப் பற்றிய வரையில் என்னால் எனக்குள் ஒரு முடிவுக்கும் வர முடியவில்லை.

அவளைப் பெண் உருவாக, கவர்ச்சியே உருவாக அறிந்து கொண்டேன். இருந்தும் அவள் என்ன நினைத்தாள் என்பதைப் பற்றி எனக்கு என்ன கவலை என்று சொல்ல முடிந்தது. அவள் என்னைப்பற்றி என்ன நினைத்தால் என்ன என்று அவளைக் கவர்ச்சியாக அறிந்த மூச்சிலேயே என்னால் நினைக்க முடிந்தது என்பது எனக்கு மட்டும் தனியாக விசேஷமான ஒரு மனப்பக்குவமாக எனக்குத் தோன்றியது.

நான் மற்றவர்களைப்போல் இல்லை என்பதற்கு இதுவும் ஓர் உதாரணம்தான். மாறுபட்டு, வேறுபட்டு யாரோடும் ஒட்டாதவனாக இருந்தேன் என்பதற்கு இதைவிடச் சிறந்த உதாரணம் வேறு என்ன வேண்டும்?

நான் இப்படி இருக்க விரும்புகிறேனா என்பது வேறு விஷயம். இதில் என் விருப்பத்தைத் துளியும் கவனியாமல் என்னைத் தனிப்பட்டவனாகச் செய்துவிட்ட பாழும் விதி, பாழும் மனப்போக்கு, பாழும் கடவுள் என்ன பெயர் சொன்னால் என்ன? என் சக்தியை மீறிய ஏதோ ஒன்று என்னை வேறுபடுத்தி வைத்து, அந்த வேறுபாட்டையும் உணர வைத்து வேடிக்கை பார்க்கிறது.

எனக்கும் வேடிக்கை பார்க்கப் பிடிக்கும். மவுண்ட் ரோட்டில் மாலை நேரத்தில் கூட்டம் கூட்டமாக மனிதர்கள் விழுந்தடித்துக்கொண்டு போவதைப் பார்த்துக்கொண்டே மணிக்கணக்காக ஒதுங்கி நிற்பதில் எனக்குப் பிரியமுண்டு. சினிமாப் பார்க்க எனக்குப் பிடிக்காது, இதைவிடச் சிறந்த சினிமா வேறு ஒன்றும் தேவையில்லை எனக்கு. மணிக்கணக்காக நிற்பேன். நின்றதுண்டு.

நான் இப்படி பட்டும் படாமலும் இருப்பது வேதாந்தியின் காரியம் என்பார்கள்.

என்னால் பூரணமாகப் படாமலே இருக்க முடிந்ததுண்டு என்பதில் எனக்குப் பெருமைதான்.

ஒரு வாலிபன் சைக்கிள்காரன். ஒரு பூதாகரமான லாரிக்கடியில் அகப்பட்டுக்கொண்டான். பத்தடி எடுத்து வைத்துப் பார்த்திருந்தால் அந்தச் சம்பவத்தின் ரத்தமும் தசையும் எனக்கும் தெரிந்திருக்கும். போலீஸ் ஊதல்கள் ஊதின. கூட்டம் கூடிற்று; ஐயையோ! த்ஸொ த்ஸொ என்றார்கள் ஒரு ஐந்து பேர். லாரிக்காரன்மேல் பிசகு என்று கட்சியாடினார்கள் சிலர். சைக்கிள்காரன்தான் தவறு செய்தான் என்று கட்சியாடினார்கள் சிலர். ஆம்புலன்ஸ் வந்தது. “சைக்கிள்காரன் பிழைத்து விட மாட்டானா ஸார்” என்று, அவன் உயிர்போய் ஒண்ணரை நாழிகை நேரங்கழித்துத் தெருவோடு போகிறவர்கள் அனுதாபத்துடன் கேட்டார்கள்.

நான் இருந்த இடத்தைவிட்டு அசையவில்லை.

சாவைப்பற்றியும் வாழ்வைப்பற்றியும் எனக்கு சகலமும் தெரியும். எதுவும் என்னை அசைக்கமுடியாது என்கிற உறுதியிலே கால்களை இருந்த இடத்திலேயே ஊன்றிக் கொண்டு அசையாமல் மரமாகவே நின்றுகொண்டிருந்தேன்.

என்ன நடக்கும், எப்படி நடக்கும், ஏன் நடக்கும் என்று கூடச் சில சமயங்களில் எனக்குத் தெரிவதுபோல இருக்கும்.

அந்த அறிவிப்பிலிருந்து தப்ப முயலுவதில்லை நான்.

அந்த அறிவின், அசையாமையின் பலாபலன்களை நான் அனுபவித்தேதான் தீரவேண்டும்.

தப்பிவிட முடியாது.

எமர்ஸன் கூறியது உண்மைதான். நான் எங்கு சென்றாலும், எச்சிறையில் கொண்டு யார் என்னை அடைத்தாலும் சரிதான், என் சிந்தனைச் சாட்டையும், அறிவுச் சாட்டையும் என்னைத் தொடர்ந்தேதான் வரும். சொரேர், சொரேர் என்று கொடுக்கும் சாட்டைகள் அவை.

காலம் ஒரு கல்லுளிமங்கன்.

கல்லுளிமங்கனின் சாட்டைச் சொடேர் சப்தம் பயங்கரமானது.

அந்தச் சாட்டை அடி வலிக்காது என்றுதான் உலகம் நம்புகிறது. அப்படியே நம்ப நானும் தயார்தான்.

ஆனால், எனக்கு வலிக்கிறதே நான் என்ன செய்ய?

சிந்தனைச் சவுக்கடிகளைத் தவிர்க்கலாம்தான். நான் சிந்திக்கவே மறந்துவிடலாம்தான். ஒதுங்கி வாழ்கிற காரியத்தை, ஒதுங்கி நின்றே பிரக்ஞையில்லாமலே செய்யலாம்தான்.

நான் காட்டுக்குப் போய்விட விரும்பவில்லை. காட்டு விலங்காகவோ, மஹரிஷியாகவோ வாழ விரும்பவில்லை. ஐம்பத்திரெண்டாவது வயதில் நான் லோக குருவாகப் போகிறேன் என்று என் ஜாதகம் சொன்னால் அதுபற்றி உலகம் கவலைப்பட்டுக்கொள்ளட்டும், அல்லது கவலைப்படாமலே இருந்து நாசமாகப் போகட்டும். அதுபற்றி அந்தக்காலம் வரும்வரையில் நான் கவலைப்பட விரும்பவில்லை.

இந்தப் பதினெட்டாவது வயதில், கல்லூரியில் மாணவனாக, பி.ஏ. வகுப்பில் இரண்டாவது வருஷம் படித்துக் கொண்டிருக்கும் நான், சாதாரண வாலிபனாக, மற்ற கல்லூரி மாணவர்களைப் போல ஒரு மாணவனாக இருக்கவே விரும்புகிறேன். சகமாணவிகளைப் பார்த்துச் சீட்டியடித்துக் கொண்டு, மூன்றுமணி சினிமாவுக்குப் பன்னிரெண்டு மணிக்கே போய் க்யூவில் நின்று கொண்டு, பில்களைப் பெரியவர்கள் தந்துவிடுவார்கள், நமக்கென்ன கவலை என்று இருக்கத்தான் நானும் விரும்புகிறேன்.

என்னால் அப்படி இருக்க முடியாததனால் உலகத்துக்கே பெரியதோர் உற்பாதம் விளையப்போகிறது என்றுதான் எனக்கு அடிக்கடி தோன்றும்.

நான் சினிமா க்யூவில் போய்ப் பன்னிரண்டு மணிக்கே நின்று பார்த்ததில்லை என்று சொல்லமுடியாது. நின்றிருக்கிறேன் ஒரு

தரம். ஆனால், பன்னிரண்டு மணியிலிருந்து இரண்டு ஐம்பத்தைந்து வரை நின்று விட்டு, டிக்கட் ஜன்னல் திறக்க ஒரு ஐந்து பத்து நிமிஷம் இருக்கும்போது கியூவை விட்டு நகர்ந்து விட்டேன். எனக்கு முந்தி நின்றவர்கள் நாலு பேரும், பிந்தி நின்ற நானூறு பேரும், "அட பைத்தியமே!" என்று கண்ணால் - சொன்னார்கள்.

ஆமாம். ஜன்னல் திறக்கிற சமயத்தில் வெளியேறிய நான் பைத்தியம்தான். ஆனால், அந்தக் குறிப்பிட்ட சினிமாப் படத்தைப் பார்த்தவர்களும் அப்படி ஒன்றும் புத்திசாலிகள் அல்லர், விளம்பரங்களில் தவிர, வேறு எங்கும் எவ்விதச் சிறப்பும் இல்லாத படம் அது என்பது பார்த்தவர்களுக்குத்தானே தெரிய முடியும்?

நான் ஹேமாவின் மாமா திரும்பிவிடுவார், திரும்பி விடுவார் என்று முக்கால் மணிக்கும் அதிகமாகக் காத்திருந்தேன். சினிமா க்யூ அல்ல அது. தாயின் கர்ப்பப்பையை நினைவூட்டிய கதகதப்பான பங்களா முன்னறையிலே, மெத்தை போட்ட ஸோபாவிலேதான் உட்கார்ந்திருந்தேன். நானே என் தாயின் கர்ப்பத்தில் பிறக்கக் காத்திருப்பது போல இருந்தது அது என்று சொல்லலாமா?

ஆமாம். எதுவேண்டுமானாலும் சொல்லலாமே. எதுவேண்டுமானாலும் சொல்லுவதை ஃப்ராய்டு போன்ற மனோதத்துவ நிபுணர்கள் இன்று சாத்தியமாக்கிவிட்டார்கள்.

மனிதனின் ஆத்மா உடல் என்கிற வலையில் சிக்கி, மாயை என்கிற திக்குத் தெரியாத காட்டிலே அலைவது உண்மையோ என்னவோ எனக்கும் தெரியாது. வேதாந்திகளுக்கும் நிச்சயமாகத் தெரியாது. ஆனால், நாம் தினசரியும் வார்த்தை வலைப்பின்னல்களில் சிக்கித் தவிக்கிறோம் என்பது தெரிகிறது.

அனுதாபம், அனுபவம், அன்பு, இரக்கம், கருணை, ஆன்மா, வலை, உள்ளம், உலகம் எல்லாமே வார்த்தைகள் தானே!

பெரிய பெரிய வார்த்தைகளை எல்லாம் படித்திருக்கிற தோஷம், நானும் அவற்றை எல்லாம் சரளமாக, சகஜமாக உபயோகப்படுத்திவிடுகிறேன். அந்த வார்த்தைகளின் பூரணமான அர்த்தங்களையும் அந்தரார்த்தங்களையும் அறிந்து கொள்ள எனக்கு அறிவு போதாது, அனுபவம் போதாது, வயது போதாது, தெம்பு போதாது.

என்னைப் பற்றியோ, என் உள்ளத்தை, ஆன்மாவை என் சிந்தனைகளைப் பற்றியோ, என் சிந்தனைகளின் தனிப் போக்கைப் பற்றியோ எனக்கு என்னதான் நிச்சயமாகத் தெரியும்? நிச்சயமாக ஒன்றுமே தெரியாது என்பதுதான் நிச்சயம். மற்ற எதுவுமே நிச்சயம் அல்ல.

ஆழ்ந்த சிந்தனைக்குப் பிறகு ஒன்றும் தெரியாது என்கிற முடிவுக்கு வர இவ்வளவு சிந்தனை எதற்கு? சிந்தனையே தேவையில்லை என்று சாதாரண மக்கள் மாதிரி, லட்சத்தில் ஒருவர் நீங்கலாக மற்றவர்கள் போல் இருந்துவிடுவது நல்லது அல்லவா?

அந்த வித்தை ஒன்றுதான் எனக்குக் கைவரமாட்டேன் என்கிறது.

ஹேமா தன் தாயாரிடம் சொன்னாளாமே அது மாதிரி நான் என் பள்ளிப் படிப்பில் கெட்டிக்காரன் தான். பி.ஏ. வகுப்புக்கென்று நான் தேர்ந்தெடுத்துக்கொண்ட நான்கு ஸப்ஜெக்ட்களிலும் என்னால் வகுப்பில் முதல்வனாக இருக்க முடிந்தது. சுலபமாகவே இருக்க முடிந்தது. கவனத்துடன் படித்தேன் என்றுகூடச் சொல்ல முடியாது. என் முயற்சி எதுவும் அதிகமில்லாமலே நான் வகுப்பில் முதல்வனாக இருந்தேன்.

அதுபற்றி என் தகப்பனாருக்கும், என் வகுப்புப் பேராசிரியர்களுக்கும் பரம திருப்திதான்.

எனக்கென்னவோ அது போதாது, அது போதாது; இது வெறும் ஏமாற்று, புரளி என்று ஒரு உள்ளுணர்வு என்னுள்ளே அரித்துக்கொண்டேயிருந்தது. அரித்துக்கொண்டேதான் இருக்கிறது.

ஹேமா அந்த ஐம்பத்தைந்து நிமிஷங்களில் ஒரு முப்பது நிமிஷங்களாவது ஏதாவது பேசிக்கொண்டுதான் இருந்தாள்.

என்ன பேசினாள் என்று எனக்குத் தெரியாது. அவள் வார்த்தைகளில் எதையும் தொடர்ச்சியாக நான் காதில் வாங்க வில்லை. அங்கொன்றும் இங்கொன்றுமாக என் காதில் விழுந்த வார்த்தைகள் என் சிந்தனைகளைக் கிளறிவிட்டனவே தவிர, அவளுக்குப் பதில் தர என் நாக்கைத் தூண்டவில்லை.

பெண்கள் பாக்கியசாலிகள். அவர்கள் வாய் ஓய்ந்திருப்பதேயில்லை. சிந்திக்க வேண்டிய அவசியம் அவர்களுக்கு மிகவும் குறைவு.

ஹேமாவை மட்டுமேதான் பார்த்துக்கொண்டு உட்கார்ந் திருந்தேன் நான் என்று சொல்ல முடியாது. எங்களிருவரையும் தனியாக விட்டு விட்டுப் போய்விடக் கூடாது என்கிற எண்ணத்திலே அங்கு வந்து அசையாது உட்கார்ந்திருந்த அவள் தாயாரையும் அடிக்கடி நிமிர்ந்து பார்த்தேன்.

இருட்டிவிட்ட பிறகு எழுந்து அறுபது வாட் விளக்கைப் போட்டாள் ஹேமா. ஹேமாவின் தாய்க்குப் பின்னால் பிரமாண்டமான நிழல் எழுந்தது. ஏதோ ஒரு ரகசியத்தை மர்மமான ஒரு காட்டுமிருகத்தைப்

போர்வையிட்டு மறைத்து வைப்பது போல இருள் குன்றாக அவள் நிழல், அந்த அழகான சுவரிலே விழுந்தது. ஹேமாவின் தாயைவிட அவள் நிழல் என் மனத்தைப் பயங்கரமாகக் கவர்ந்தது.

நாதசுரத்திலே சாவு ஓலத்தைச் செவிகளில் வாங்கும் நான், இருளில் கவர்ச்சியைக் காண்பதில் ஆச்சர்யம் என்ன? அழகான, வயதாகிக்கொண்டிருந்த, கவர்ச்சிகரமான ஸ்திரீயையும் விட அவள் நிழல் தான் அழகானதாக, காலத்தால் அழியாததாக, கவர்ச்சிகரமானதாக எனக்குத் தோன்றியது.

அதில் எனக்கு வியப்பு ஒன்றும் இல்லை.

இப்படியெல்லாம் காரண காரியம் ஏதுமில்லாமலே சிந்தனையில் ஆழ்ந்துவிடப் பழகியவன்தான் நான். இதனால் தான் மற்றவர்களைப்போல என்னால் இருக்க முடிவதில்லை. சம்பாஷிக்க முடிவதில்லை என்பதும் எனக்குத் தெரிகிறது.

நான் பைத்தியக்காரன்தான் என்பதில் எனக்குச் சிறிதும் சந்தேகம் இல்லை. ஆனால், உலகில் உள்ள மற்றவர்களும் பைத்தியக்காரர்கள்தானோ என்கிற சந்தேகம் எனக்குச் சில சமயங்களில் ஏற்படுவதுண்டு.

ஆனால், இந்தச் சிந்தனையும் எனக்குத் திருப்தியளிக்கிற சிந்தனை அல்ல.

பைத்தியக்கார உலகில் மாறுபட்டவனாக இருப்பதும், பைத்தியம் அல்லாத உலகில் மாறுபட்டவனாக இருப்பதும் முடிவில் ஒன்றுதானே?

நான் ஒருவனே பைத்தியக்கார உலகில் புத்தி சுவாதீன முள்ளவன் என்று வைத்துக்கொண்டாலும், அதுவும் பிசகு தானே என்று என்னையே நான் கேட்டுக்கொள்ளுகிறேன்.

மணி ஏழரை அடித்ததும் ஏதோ மாயத்திலிருந்து விடுப்பட்டவன் போல் எழுந்து நின்றேன்.

காலக்கோழி சுவர்க்கடிகாரம்தான். இது கலியுகத்து, பட்டணத்து நியதி.

“விசுவநாதன் வர நேரமாகும் போல இருக்கிறது. நான் வரேன். நடந்து திருவல்லிக்கேணிக்குப் போக வேண்டும்” என்றேன்.

தாயும் பெண்ணும் எழுந்து நின்றார்கள்.

“கிளம்பிவிட்டீர்களா? சாதாரணமாகப் பார்க் வரை போய்விட்டு ஏழுமணிக்கெல்லாம் வந்து விடுவான். இன்று என்னவோ தெரியவில்லை” என்றாள் ஹேமாவின் தாய்.

“நாளைக் காலையில் அவரை என் வீட்டுக்கு வரச் சொல்லுங்கள்” என்று விலாசத்தைச் சொன்னேன்.

“மறந்துவிடப் போகிறது!” என்று ஹேமா கடிதம் எடுத்து வந்து தங்கக் குல்லாய் போட்ட பேனாவினால் எழுதி வைத்துக் கொண்டாள். பேனாவை ரவிக்கைக்குள் சொருகிக் கொண்டாள்.

எனக்கும் ஒரு தங்கக் குல்லாய் இருந்தால் தேவலையே என்றிருந்தது எனக்கு!

என்னை ஐந்து வயதில் படிக்க வைத்தபோது எனக்குக் கறுப்பு வெல்வெட்டுக் குல்லாய் ஒன்று அணிந்துவிட்டார்கள். அதிலே ஒரு அங்குலம் விடாமல் தங்கச் சரிகை தைத்திருந்தது. அதைப்பற்றி ஹேமாவிடம் சொல்லவேண்டும் போலத் தோன்றியது எனக்கு.

அசட்டு எண்ணந்தானே?

ஆனால், இந்த மாதிரி அசட்டு எண்ணங்களுக்கும்கூட அர்த்த விசேஷங்கள் பலவுண்டு என்று ஃப்ராய்ட் கோஷ்டியார் இப்போது நமக்குக் கற்றுத் தந்துவிட்டார்கள். எனினும் அந்த ரீதியிலே சிந்திக்கத்தான் நமக்கெல்லாம் தெம்பு போதவில்லை.

வெளி வராண்டா தாண்டி, படியிறங்கி, வாசல் கேட்டு வரையில் அழகான தோட்டப் பாதையில் என்னுடன் வந்தாள் ஹேமா.

முல்லைப் புதர் கண்ணில் படவில்லை. வாசனை வீசிற்று. ஜவ்வந்திக் கசப்பும் லேசாகத் தெரிந்தது.

உள்ளே வரும்போது நான் தோட்டத்தைக் கவனிக்க வில்லை.

“நடந்தா போகப் போகிறீர்கள்?” என்றாள் ஹேமா, வாசல் கேட்டை அணுகும்போது.

“ஆமாம்” என்றேன் சுருக்கமாக.

“சில்லறை கொண்டுவராவிட்டால்” என்று தயங்கினாள் ஹேமா.

நான் சிரித்தேன். “நடக்க எனக்குப் பிடிக்கும் என்பதனால் சில்லறை எடுத்து வரவில்லை” என்றேன்.

“நீயும் என்னுடன் வழிநெடுக நடந்தால் இன்னும், அதிகமாகப் பிடிக்கும்” என்று சொல்லவேண்டும் போல இருந்தது. சொல்லத் தைரியம் வரவில்லை. என்ன நினைத்துக் கொள்வாளோ என்று பயமாக இருந்தது.

கேட்டைத் திறந்தாள் ஹேமா. "நிலா இருக்கிறது! நடப்பதற்கு நன்றாகத்தான் இருக்கும். நானும் வரமுடியுமானால்?" என்றாள் ஹேமா.

"வரட்டுமா?" என்று கிளம்பினேன். கும்பிட்டேன்.

விறுவிறுவென்று நடந்தேன்.

03

என் நடையும் வேகந்தான்; என் சிந்தனையும் வேகம் தான்.

இரண்டே இரண்டு கால்கள்தான் இருக்கின்றன நடப்பதற்கு, சிந்தனைக் கருவியான மூளைக்கோ எத்தனை கால்கள் உண்டு என்று அறிந்து சொன்னவர்கள் யாருமில்லை.

எட்டுக்கால் பூச்சி அது. நூறுகால் ஜலமண்டலி அது, ஆயிரங்கால் பூரான் அது. எதுவானால் என்ன? விஷ ஜந்து என்பது வெளிப்படை. சிந்தனை என்கிற பூச்சி பிடித்துக் கொண்டு விட்டதனால் மனிதன் அதன் பிடியிலிருந்து தப்புவது என்னவோ மிகவும் சிரமமான காரியம்தான்.

மற்றவர்கள் முயற்சி செய்யாமலே தப்பிவிடுகிற மாதிரி இருக்கிறது. நான் தப்பவே முயற்சி செய்வதில்லை.

தப்ப முயற்சி செய்ய விரும்புவதுமில்லை.

செயலாளியாக இருக்க நான் விரும்பவில்லை. சிந்தனையாளனாகவே இருக்கத்தான் எனக்கு விருப்பம் இருக்கிறது. சில சமயம் செயல்களிலும் ஈடுபட்டுவிட வேண்டியதாக இருக்கிறதே, அதிலேதான் தகராறு வந்துவிடுகிறது. செயல்பட வேண்டிய அவசியமே ஏற்படாவிட்டால், நான் உலகத்தையே வென்று விடுவேன். லட்சியத்தை, அகல்யையை, தன்னையே ஒரு சுற்றுச் சுற்றி வென்று கைப்பிடித்த கோதமன் என் லட்சிய புருஷன், இந்திரன் போல ஐராவதம் ஏறி உலகைச் சுற்றி வரவேண்டிய அவசியம் மனிதனாகப் பிறந்துவிட்டவனுக்கு ஏற்பட்டு விடுகிறதே, அதைத்தான் மனித குலத்தின் சாபக்கேடு என்று சொல்ல வேண்டும்.

அகல்யைகளுக்கு என்னவோ செயலாளிகளைத்தான், ஐராவதத்தின் மேல் ஆரோஹணித்து, வீராப்புப் பேசிப் புறப்படும் இந்திரன்களிடம்தான் சபலம் ஏற்படும் போல இருக்கிறது. அது நியாயம் என்றுகூடத்தான் எனக்கும் தோன்றுகிறது.

செயல்களின் வியர்த்தம் தெரிகிற அதே வினாடியிலேயே செயலின்மையின் பலஹீனமும் தெரியத்தான் தெரிகிறது.

மாம்பலத்தில், வேங்கடநாராயணா ரோட்டுக்கு அந்தக் குறிப்பிட்ட வீட்டுக்குப் போவது ஒரு செயல், திரும்புவது ஒரு செயல். ஹேமாவைச் சந்தித்ததும் ஒரு செயல்தான். ஆனால், அவளைச் சிந்தனையாகவேதான் வைத்துக்கொள்ள விரும்புகிறோன் நான்.

சிந்தனையாக வைத்துக்கொள்வதற்கும் கூட முந்திய பிந்திய செயல்கள் இரண்டுமே தேவையாக இருந்து விடுகின்றன என்பது பெரிய துர்ப்பாக்கியம் என்றுதான் தோன்றுகிறது.

உலகத்துச் சிறந்த மனிதர்களின் சிறந்த சிந்தனைகள் எல்லாம் அவர்கள் நடந்துகொண்டிருக்கும் போதுதான் உதிக்கின்றன என்று எனக்கு எப்போதும் தோன்றுவதுண்டு.

ஸாக்ரடிஸ் முதல் இன்றைய நாள் வரையில், உபநிஷத்துப் பெரியவர்கள் முதல் இன்றைய ழூாக் மாரி டெயன் வரையில், எல்லாச் சிந்தனையாளர்களுமே நடப்பதில் பிரியமுள்ளவர்களாகவேதான் இருந்திருக்க வேண்டும். நடையின் சரித்திரத்தை, அது பற்றி, யார் யார் என்ன சொல்லியிருக்கிறார்கள் என்று யாராவது ஒரு தீர்க்கதரிசனம் வாய்ந்த தத்துவஞானி உட்கார்ந்து எழுதிப் பார்த்தால் அது உலகத்தில் மிகச் சிறந்த நூலாக, காவியமாக ஆகிவிடும் என்றுதான் எனக்குத் தோன்றுகிறது.

உண்மையோ அல்லவோ, தொடர்ந்து நடத்திப் பார்க்க வேண்டிய சிந்தனைதான். எனக்கே இந்த நூலை எழுதிவிட வேண்டும் என்கிற பேராசை உண்டுதான். டாயின் பீயின் உலக சரித்திரத்தைவிடப் பெரிய, அதிகமாக ஆழ்ந்த, முற்றிலும் உபயோககரமான நூலாக இருந்துவிடும் அது என்றுதான் நான் எண்ணுகிறேன்.

எனக்கு என்னவோ எழுதவேண்டும் என்று ஆசையுண்டே தவிர, இப்போது பாருங்களேன், என் அனுபவத்தையே சொல்ல வந்த நான் எப்படி எப்படியோ தடுமாறுகிறேன்.

ஆனால், ஹேமா என்கிற அனுபவத்தையும், ஹேமாவின் தாய் என்கிற அனுபவத்தையும் சொல்லுவதில் தடுமாறுவது நியாயம் என்றுதான் தோன்றுகிறது.

நான் விசித்திரமான மனிதன் என்பதனால் மட்டுமல்ல. அந்த அனுபவம் எனக்கும் கூடச் சற்று விசித்திரமானதாகவே இருந்தது.

“நீயா?” என்று கேட்ட வார்த்தையுடனேயே அந்த விசித்திர அனுபவம் தொடங்கி விரிந்து வலைவீசி என்னைப் பிடித்து விட்டது. இனி நான் தப்ப வழியில்லை.

இந்த ஜன்மத்துக்கு மட்டும்தான் என்பதில்லை.

முந்திய ஏழேழு ஜன்மங்களிலும் நான் தப்பிவிடவில்லை. வரப்போகிற ஏழேழு ஜன்மங்களிலும் கூடத் தப்பிவிட முடியாது.

தப்பிவிட முடியாது. எத்தனைதான் வேகமாக நடந்தாலும் தப்பிவிட முடியாது.

மவுண்ட்ரோடு வந்துவிட்டதைக் கவனியாமலே திரும்பினேன். “வூட்லே சொல்லிக்கினு வந்துயா தம்பி” என்று ஒரு பெரிய டாக்ஸிக்காரன் என்னை உராய்ந்த மாதிரிக் காரைச் செலுத்தி நாலடி முன்னால் போய் நிறுத்திவிட்டு, திரும்பி ஜன்னல் வழியாக எட்டிப்பார்த்துக் கேட்டான்.

“சொல்லிவிட்டு வந்துவிடுகிறேன் ஐயா!” என்று மரியாதை யாகவே பதில் அளித்தேன்.

அதற்குச் சற்றுக் கடுமையாக, “நடைபாதையில் நட, தம்பி!” என்று சொல்லிவிட்டு டாக்ஸிக்காரன் போய்விட்டான்.

வாழ்க்கையிலே ராஜபாட்டையிலே எல்லாரும் நடந்துவிட முடியாது. நடைபாதையில் ஒதுங்கி நடக்கக்கூடச் சிலருக்குத் தான் அனுமதி கிடைக்கிறது என்று சொல்லவேண்டும்.

எனக்குப் பெயர் ராமன் என்று வைத்தபோதே என்னை நடைபாதைக்கோ, நடுப்பாதைக்கோ லாயக்கற்றவனாகச் செய்து விட்டார்கள் என்று இப்போது எண்ணிப் பார்க்கும்போது தோன்றுகிறது.

ராமன் என்பது எவ்வளவு பெரிய வார்த்தை! எத்தனை உள் அர்த்தங்களை அடக்கிய மகத்தான வார்த்தை அது. பல காவியங்களுக்கு அடிப்படையான வார்த்தை அது.

அந்த வார்த்தைக்கே அர்த்தம் “நான்” தான் என்று எண்ணிச் சில சமயம் நான் ஏமாந்துவிடுகிறேன்.

அன்று ராவணனின் அசுரத்தனம் சீதையைத்தான் நாடியது. ராமன், சீதை தன்னுடையவள் என்று எண்ணி, வலியத் தேடிப் போய் ராவணனுடன் யுத்தம் செய்தான்.

ராம ராவண யுத்தம், காவியங்களின்படி நடந்து முடிந்து விட்டது. ராமன் என்கிற அவதார புருஷன், நல்லதற்கெல்லாம் ஆதர்சமாக வந்து நல்லதை நிலை நிறுத்த வந்தவன், ராவணனையும் அவன் குடும்பத்தையும் நிர்மூலமாக்கிவிட்டான் என்றுதான் காவியங்கள் சொல்லுகின்றன.

அசுரகணமே அற்றுப் போய்விட்டது உலகத்திலே என்று அதனால் ஏற்பட்டுவிடாது.

அசுரகணத்தை நிர்மூலமாக்க ஒரு ராமன், அவன் எவ்வளவு வீர புருஷனானாலும் ஒருவன் போதாது.

நானும் ராமன்தான்.

நானும் போராடவே வேண்டியதாக இருந்தது.

ஹேமாவின் தாயாருக்குப் பின் ஆடிய நிழலிலே, ஆஹா! எத்தனை அசுரர்கள் பதுங்கியிருந்தார்கள். மாரீசனும் சுபாஹுவும் அன்று விசுவாமித்திரர் வேள்விச்சாலையில் வேள்வி நடைபெறவிடாமல் அசுத்தத்தைப் பெய்து தடுத்தது போல, என்னை ஹேமா என்கிற தவத்திலிருந்து தடுத்தார்கள்.

வில்லையெடுத்து நாணைப் பூட்டி, அம்பைத் தொடுத்து.

மவுண்ட் ரோட்டின் நடைபாதையிலே கோதண்ட ராமனாக நான் நிலைத்துக் காலூன்றி அப்படியே நின்று விட்டேன். பின்னால் வந்து என் மேல் மோதிக்கொண்ட கூடைக்காரக் கிழவி, “போயே சாமி!” என்று சொன்ன பிறகுதான் நினைவு வந்தது, எங்கிருக்கிறோம் என்று.

வில்லில்லாத கோதண்டராமன் நான். கோதண்டம் இல்லாத வெறும் ராமன் நான்.

அசுரகணம் என்று நான் எண்ணிய அந்த நிழல் மேக மூட்டமும் அசுரகணம் இல்லையோ என்னவோ?

ஆனால், ஹேமாவின் தாயார்...!

முதலில் டாக்ஸிக்காரன், பிறகு கூடைக்காரக்கிழவி இருவரும் என்னைக் கடிந்துகொண்டார்கள்!

வீட்டுக்குப் போனால் அப்பா, “ஏண்டா இத்தனை நேரம்?” என்பார். ஏழுமணிக்குப் போனாலும் அதே கேள்விதான், பன்னிரண்டு மணிக்குப் போனாலும் அதே கேள்விதான். ஆகவே நான் பன்னிரண்டு மணிக்குப் போகவே பழகிக்கொண்டிருந்தேன்.

ருக்கு ஒருத்திதான் இந்த மாதிரிக் கேள்விகள் கேட்க மாட்டாள். ஆனால், அவளிடம் ஹேமாவைப்பற்றி ஒரு வார்த்தை சொல்லிவிட்டால் போதும். என்னை ஆயிரம் கேள்விகள் கேட்டுத் துளைத்துவிடுவாள். என்ன புடவை கட்டியிருந்தாள்? என்ன சோளி போட்டிருந்தாள்? எத்தனை உயரம்? நெற்றியில் பொட்டு வைத்திருந்தாளா? என்ன பொட்டு? என்ன வர்ணம்? புருவ மத்தியிலா, நடு நெற்றியிலா, நெற்றியின் மேல் பாகத்திலா? தலைமயிரை என்ன மாதிரிச் சீவி அலங்கரித்திருந்தாள்? நகைகள்? காதில் என்ன? கழுத்தில் என்ன? பற்கள் வரிசையான வையா? நேரானவையா? சிறியவையா? கண் கோடியில் மையை இழுத்துவிட்டிருந்தாளா இல்லையா? மேல் உதட்டில் தெரியும்படி மயிர் அரும்பியிருந்ததா இல்லையா? முழங்கைச் சில்லு கருத்திருந்ததா? முன்கையைவிட முகத்தின் நிறம் குறைவா கூடவா?... என்று ஒன்றன்பின் ஒன்றாக, சரமாரியாகக் கேள்விகளைக் கோத்துவிடுவாள்.

இதுவரை, இன்று வரை இப்படி நேர்ந்ததில்லை எனக்கு எனினும், ருக்குவும், பக்கத்து வீட்டு அவள் தோழியும் அவள் பெயர் ஜகதாம்பாள் - நான் இருவரையும் ருக்கு ஜக்கு என்று சொல்வது வழக்கம், பேசுவதைக் கவனித்ததிலிருந்து அவர்களைப் பற்றி அறிந்து கொண்ட விஷயம் இது.

ஹேமாவைப்பற்றி ருக்கு என்னை இந்த மாதிரிக் கேள்விகள் கேட்டாளானால் என்னால் நிச்சயமாகப் பதில் தந்திருக்க முடியாது. ஒவ்வொரு கேள்விக்குமே தெரியாது என்றுதான் பதில் சொல்ல வேண்டி வந்திருக்கும்.

நான் கவனிக்கவில்லை.

ஹேமா அழகாக இருந்தாள் என்று மெதுவாக ஓர் உணர்வு மட்டுமே இருந்தது எனக்கு. மற்றபடி அவள் அழகு நுணுக்கங்கள் எதுவும் எனக்கு நினைவுக்கே வரவில்லை. சிந்தித்துப் பார்த்தும் இப்போது அவள் முகத்தை என் மனக்கண் முன் கொணர்ந்து என்னால் பார்க்க இயலவில்லை.

நடைபாதையில், ஆயிரம் விளக்குத் திருப்பத்தில் திருவல்லிக்கேணி நோக்கித் திரும்புமுன், நின்று சிந்தித்துப் பார்த்தேன்.

நினைவுக்கு அவள் முகத்தை என்னால் கொண்டுவர முடியவில்லை. என்ன புடவையணிந்திருந்தாள், பொட்டு எப்படி வைத்திருந்தாள். சோளி நிறம் என்ன என்று எதுவுமே நினைவுக்கு வரவில்லை.

ஆனால், நான் முயற்சி செய்து பார்க்கப் பார்க்க எனக்கு ஒன்று தெளிவாகவே தெரிந்தது.

ஹேமாவின் தாயார், அவள் நிழலும் அவளுமாக என் மனக்கண் முன் மாலையில் இருந்த மாதிரி அப்படியே தோன்றினாள். அவளைப்பற்றி ருக்கு இந்த மாதிரிக் கேள்விகள் எத்தனைதான் கேட்டாலும் என்னால் பதில் சொல்லிவிட முடியும். ஒரு சிறு விஷயம் கூட விடாமல் என் மனத்தில் அவள் உருவம் பூராவும் பதிந்திருந்தது.

அதுதான் சொன்னேனே, நான் சற்றே வித்தியாசமான மனிதன் என்று!

விசித்திரம் என்ன? பைத்தியம்தான்!

04

அன்றிரவு ருக்கு எதுவும் கேள்விகள் கேட்கவில்லை. ஏன் என்றால் நான் அவளிடம் ஹேமாவைப் பற்றி எதுவும் சொல்லவில்லை. அப்பாவும் வழக்கத்துக்கு மாறாகத் தன் நண்பனைப்பற்றி விசாரித்தாரே தவிர, நான் ஏன் லேட்டாக வந்தேன் என்று கேட்கவில்லை. அவர் இல்லை என்றும், மறுநாள் காலை வரச்சொல்லிவிட்டு வந்திருக்கிறேன் என்றும் சொன்னேன்.

பையன் கெட்டிக்காரனாகிவிட்டான் என்று நினைத்துக் கொண்டாரோ என்னவோ அப்பா, “பேஷ்” என்றார். “அவாத்திலே அவர் மருமாள் ஒரு பெண், ஏதோ பி.ஏ.யில் படிப்பதாகச் சொன்னானே?” என்றார்.

திடுக்கிட்ட நான், ‘இதென்ன சதி?’ என்று அவரை நிமிர்ந்து பார்த்தேன். “யாரோ வயதான ஒரு அம்மாவைத்தான் பார்த்தேன். விசுவநாதன் தன் தம்பி என்றாள் அவள்” என்று கெட்டிக்காரத்தனமாகப் புளுகிவைத்தேன்.

என் அப்பாவைப் பற்றிய வரையில் என்னால் எவ்வித முடிவுக்குமே வரமுடிவதில்லை. அவர் அசடா, அறிவாளியா, சிந்தனையாளரா, செயலாளரா, பைத்தியமா, பைத்தியமில்லாதவரா, என்ன ஏது என்று புரிந்து கொள்வதற்கு நானும் பதினெட்டு வருஷங்களாகத்தான் முயற்சி செய்து வருகிறேன். அவரைப் புரிந்துகொள்ளவே முடியவில்லை. சில சமயம் அவர் மனிதரேயல்ல என்கிற முடிவுக்கு வரவேண்டியதாக ஏற்பட்டுவிடும் எனக்கு.

“அறிவாளிகள் என்று சொல்லப்படுபவர்கள் எல்லாருமே தங்கள் இளவயதில் தங்கள் தகப்பன்மாரைத் தப்ப வெகுவாக முயற்சிக்கிறார்கள். சிலர் தப்ப முடியலாம்;

பெரும்பாலோர் தப்ப முடிவதில்லை. இப்படித் தப்பமுடியாதவருக்கு, அந்தப் போராட்டத்திலேயே வாழ்வில் பெரும்பகுதியும் முடிந்து விடலாம்."

ஆனால், என்னுடைய நோட்டுப் புஸ்தகத்தில் இந்த வரியைப் படித்த என் தகப்பனார், "உண்மைதான்" என்றார்.

நான் நினைப்பது உண்மை என்று ஏற்றுக்கொள்பவர்களைக் கண்டால் எனக்குச் சாதாரணமாகப் பிடிக்காது என்று ஏற்கனவே சொல்லியிருக்கிறேன் அல்லவா? அப்பாவை மேலும் பிடிக்காதிருப்பதற்கு எனக்குப் புதுக்காரணம் ஒன்று கிடைத்தது.

"என் தகப்பனாரைத் தப்ப நான் எத்தனையோ முயன்றேன் இயலவில்லை " என்றார் என் தகப்பனார்.

என் தகப்பனார் அப்படி ஒன்றும் அரிச்சந்திரன் அல்ல. எனினும் இது உண்மையாகவே இருக்கலாம் தான்.

என் தகப்பனாரிடமிருந்து தப்பி வாழ வேண்டும் என்கிற எண்ணம் எனக்கு ஏற்பட்டு வெகு காலமாகிறது என்றுதான் சொல்ல வேண்டும்.

எனக்கு நினைவு தெரிந்து என் எட்டாவது வயதிலேயே என் பாட்டி, "ராமன் அவன் அப்பாவைப் போலவே இருக்கிறான்" என்பாள்.

பெத்தவளாகிய அவளுக்குத் தெரியாதா தன் பிள்ளையைப் பற்றி? அன்று முதலே எனக்கு என் அப்பாவைப் போல இருக்கக்கூடாது என்கிற எண்ணம் ஏற்பட்டுவிட்டது. இந்தப் பத்து ஆண்டுகளில் இந்த எண்ணம் அதிகரித்து விசுவரூபம் எடுத்திருப்பதாகச் சொல்லலாமே தவிர குறைந்திருப்பதாகச் சொல்லுவதற்கில்லை.

நினைத்துப் பார்க்கப் பார்க்க நான் மேலும் மேலும் படிப் படியாக என் தகப்பனார் மாதிரி ஆகிக்கொண்டிருப்பதாகத் தெரிந்ததே தவிர, அவரைவிட்டு விலகிப் போவதாக எனக்கே நம்பிக்கை ஏற்படவில்லை.

அவர் பொடி போடுவார்; நான் போடுவதில்லை. அது வேண்டுமானால் ஒரு வித்தியாசம். மற்றபடி எதிலும் எங்களுக்குள் வித்தியாசம் காண இயலாது.

சில சமயம் நான் கிராமத்துக்குப் போக வேண்டிவரும். மூன்றாவது வருஷம், "போய் ராமச்சந்திரனிடம் நிலக்குத்தகைப் பணத்தை வாங்கி வா" என்று அப்பா அனுப்பினார். ராமச்சந்திரனிடம் நான் போய் நின்றவுடனே, "வா நாராயணா, வா" என்றார். என் பெயர் ராமன் என்று சொல்லித்தான் பார்த்தேன். ஆனால், அவரைப் பற்றிய வரையில் நான் நாராயணன் தான், அதாவது என் அப்பாதான்.

“இப்படித்தான் உன் அப்பாவும் உன் வயசில் திடுதிப்புன்னு தானாக ஏதாவது பேசிக்கொள்ள ஆரம்பித்து விடுவான். சரியாகப் போவான் பைத்தியமோ என்று நாங்கள்ளாம் பயந்தோம்” என்றாள் மங்கலப்பாட்டி.

கூட இருந்த சுப்புலஷ்மி அம்மாள், “நன்னா சொன்னே, அவனா பைத்தியம்! அவன் பத்துப் பேரைப் பைத்தியமாக்கி விடுவானே “ என்றாள்.

என்னை உண்மையில் என் அருமை அப்பாதான் பைத்திய மாக்கிக்கொண்டிருந்தார். தனக்கு அகப்படுகிற தோஸ்துக்களிடம் எல்லாம் என் புகழைப் பாடுவார், பாடுவாரோ பாடுவார் அப்படிப் பாடுவார். அவர்கள் போன பிறகு, “ஏண்டா அசடே!” என்பார். “அப்படி அவர்களிடம் சொன்னாயே” என்றால், “சமத்துத்தான் போ” என்பார்.

என் தகப்பனாரைப் போலத்தான் என் கல்லூரி உபாத்தியாயர்களும்.

“சாதாரண அறிவு போதாது ராமனுக்கு. ஆனால், படிப்பிலே புலிதான்” என்பார்கள்.

நான் படிப்பதென்பது என்னவோ மிகவும் குறைவுதான். ஏதாவது ஒரு விஷயத்தை, வறட்டுப் பாட புஸ்தகத்து விஷயத் தையும் படித்தாலும்கூட, ஒன்பது சுவாரசியமான சிந்தனைகள் என் மனசில் ஓடத் தொடங்கிவிடும். ஆகவே நான் படிப்பதே குறைவுதான்.

ஆனால், பரிட்சைகளிலே எல்லா சப்ஜெக்ட்களிலும், ஹேமா சொன்ன மாதிரி நான்தான் முதல்.

ஏன், எப்படி என்று எனக்குத் தெரியாது. இதுபற்றி பெருமை பாராட்ட வேண்டும் என்றும் எனக்கு நினைப்பு இல்லை.

மாணவனான என்னிடம் என் கல்லூரி லெக்சரர்களுக்குப் பரம திருப்தி. என்னைப் போன்ற மாணவன் பத்திருபது வருஷங்களுக்கு ஒருமுறைதான் தங்களுக்குக் கிடைப்பான் என்று என் காதிலேயே விழும்படியாகத் தங்களுக்குள் பேசிக் கொள்வார்கள். அவர்கள் தாங்கள் படித்த புத்தகங்களிலே படித்திருக்கிறார்கள் பல மேதைகள் தங்கள் இளவயதில் என் மாதிரி லூஸ்தனமாகத்தான் இருந்திருக்கிறார்கள் என்று படித்து அறிந்து கொண்டிருக்கிறார்கள்.

முக்கியமாக என் கணக்குப் பேராசிரியர் பாட்ராச்சாரியாருக்கு என்னிடம் அளவற்ற நம்பிக்கை. நான் ஒரு புது ராமானுஜம்தான் என்றே அவர் தீர்மானித்திருந்தார் பாவம்! தன்னுடைய நாரத்தங்காய்த்

தன்மையைப் பற்றி, பழைய ரீதியில் பேசித் திருப்திப்படுகிறவர் அவர். அந்த நாரத்தங்காய்த் தன்மை கடைசியாக என்னால் ஊரெல்லாம், உலகமெல்லாம் மணக்கப் போகிறது என்று அவர் கனவு கண்டு கொண்டிருக்கிறார் பாவம்! எனக்கு இது தெளிவாகவே தெரிகிறது.

பாவம்! என்று ஏன் சேர்த்துச் சொல்லுகிறேன் என்றால் அவருடைய முதுமைப் பருவத்துக் கனவைத் தகர்த்தெறியவே என் மனம் உள்ளூர ஆசைகொள்ளுகிறது. நான் ஒரு ராமானுஜன் ஆகவேண்டும் என்று விரும்ப அவர் யார்? யார் என்று கேட்கிறேன்?

அவர் என்கிற கனவு என்னால் உண்மையாகிப் பலித்து விடக்கூடாது, கூடவே கூடாது. அப்படியாகிவிடாமல் பார்த்துக் கொள்ள வேண்டியது எனது முதல் கடமையாகும் என்று நான் உணருகிறேன்.

என்னையும் மீறி ஒரு சக்தி எனக்கு இதை உணர்த்துகிறது. இந்த உணர்வை நான் புறக்கணிப்பதற்கே இல்லை.

என்னிடம் இத்தனை நம்பிக்கை வைத்துள்ள கணக்குப் பேராசிரியருக்கே என்னிடம் அளவற்ற அதிருப்தியும் உண்டு என்று உணருவதில் எனக்குப் பரமதிருப்திதான்.

வகுப்பில் அவர் சொல்லித் தருவதை நான் கவனிப்பதேயில்லை என்று அவர் குறைபடுகிறார்.

உண்மைதான். நான் கவனிப்பதில்லை.

நான் கவனிக்கும்படியாக அப்படி ஒன்றும் அவர் எதுவும் சொல்லிவிடுவதில்லையே, நான் என்ன செய்ய!

வேங்கடநாராயணா ரோட்டுக்கு நான் போய்விட்டு வந்ததற்கு மறுநாள் கல்லூரியில்லை, அதற்கு மறுநாளும் கல்லூரியில்லை. மூன்றாவது நாள் கல்லூரியில் முதல் வகுப்பு கணக்குப் பாடம்தான்.

அதுவரையில் வகுப்பில் யார் யார் இருக்கிறார்கள் என்பதைக்கூடக் கவனியாதிருந்த நான், அன்று அவள் எங்கே, எங்கே என்று கண்களை ஓடவிட்டுத் தேடினேன்.

எந்தப் பெண்ணைப் பார்த்தாலும் முதலில் எனக்கு என் கன்னிக் கண்களுக்கு அவளைப் போலத்தான் இருந்தது. சற்று நிதானித்துத்தான் அவளல்ல என்று முடிவு செய்ய வேண்டியதாக இருந்தது. நெற்றியில் சுருக்கம் விழவும் முடிவுக்கு நான் வருவதற்கும், அவள் காலதாமதமாகவே வகுப்புக்கு வருவதற்கும் சரியாக இருந்தது.

அவள் என்றுதான் கல்லூரி வகுப்புக்குச் சரியான நேரத்துக்கு வந்தாள்?

இத்தனை நாளும் என் அடிப்பிரக்ஞையில் தட்டி, மேலே மிதந்து வராத இந்த நினைவு, இன்று எனக்குச் சட்டென்று ஏற்பட்டது.

வந்தவள் பேராசிரியரையும், மாணவர்களையும், குறிப்பாக என்னையும் ஓர் ஒய்யாரப் பார்வை பார்த்துவிட்டுத் தன் சீட்டில் போய் உட்கார்ந்து கொண்டாள். மையும் மயக்கமும் மயக்கும் சக்தியும் வாய்ந்த கண்கள் அவை. நீலம் பாய்ந்து, கருமை திரண்டு, உயிரைப் பறித்துக் கிள்ளி நகைக்கும் கண்கள் அவை என்று என் தங்கை ருக்குவுக்குச் சொல்லுவதற்காகக் கவனித்துக் கொண்டேன்.

பியாட்ரிஸ் என்கிற கன்னி பாண்டே என்கிற கவியை சொர்க்கம் பூராவும் நடத்திச் சென்று காட்டி கடவுள் சந்நிதானத்திலேயே கொணர்ந்து நிறுத்திக் களிப்பூட்டினாளாம். இந்த என் பியாட்ரிஸ் என்னை நரகத்துக்கு இட்டுச் செல்லலாம். சொர்க்கம் என்பதிலேயே நம்பிக்கை அற்றவர்கள் நாங்கள்.

என் பியாட்ரிஸுடன் மானசீகமாக நரகலோகத்தில் சுற்றி வந்து கொண்டிருந்த நான் கணக்குப் பேராசிரியர் சொல்லிக் கொண்டிருந்த அதிமுக்கியமான விஷயத்தைக் கவனிக்கத் தவறி விட்டேன். அவர், "ராமன்!" என்று முதல் குரல் கூப்பிட்டதும் என் காதில் விழவில்லை. இரண்டாவது, "ராமன்!" சற்று பலமாகவே வந்தது.

"ஏன்?" என்று எழுந்து நின்றேன் என் இடத்தில்.

"தூக்கமா?" என்றார் நாரத்தங்காய்.

"இல்லை, கனவு" என்று உண்மையைச் சொன்னேன்.

வகுப்புப் பூராவும் கொல்லென்று சிரித்துவிட்டது.

எல்லோர் சிரிப்புக்கும் மேலாக அவள் சிரிப்பொலி ஒலித்தது. என்னை வம்பு செய்ய வந்தவள் அவள்!

கணக்குப் பேராசிரியருக்கும் சிரிப்புத்தான் வந்தது. முதலில் எதற்காகக் கூப்பிட்டாரோ அதை மறந்துவிட, "உட்கார்" என்றார்.

ஹேமாவை நான் அவள் வீட்டில் போய்ப் பார்த்துவிட்டு வந்து எழுபத்திரண்டு மணி நேரமாகிவிட்டது. எழுபத்திரண்டு மணி நேரத்தில் அவளை மறந்துவிட முடியும் என்று எண்ணினேன் நான். நான் பைத்தியக்காரன்தான்.

அவள் தாயைக்கூட என்னால் இந்த எழுபத்திரண்டு மணி நேரத்தில் மறக்க முடியவில்லையே! அவளையா மறக்கமுடியும்!

ஹேமா வகுப்புக்குள் வரும்போது என்னைப் பார்த்த பார்வைக்கு என்ன அர்த்தம்?

“நீ தப்பமுடியாதப்பா, தப்பமுடியாது” என்று அவள் சொன்னதாக நான் அந்தப் பார்வையை அர்த்தப்படுத்திக் கொண்டேன்.

இதிலே அவள் செய்த தவறு ஒன்றுண்டு. நான் அவளிட மிருந்து தப்ப நினைத்ததாக அவள் எண்ணியதுதான் அந்தத் தவறு.

நான் தப்ப விரும்பவில்லை.

அதுதான் என் விதி என்றால், அதைத் தப்ப நான் விரும்புவானேன்?

தப்ப வழியில்லை என்று எனக்கோ, பூர்வஜன்ம வாசனையுடன், வருங்கால ஜென்மங்களின் வாசனையும் சேர்ந்து அறிவுறுத்தும் போது நான் தப்ப முயலுவானேன். தோல்வியுறுவானேன்?

ஆசைப்படாதவன் அதிருஷ்டசாலிதான். நான் தப்பிவிட ஆசைப்படவேயில்லை!

இரண்டு நாள் கல்லூரி விடுமுறை இருந்தும் ஏன் வந்து என்னைப் பார்க்கவில்லை என்று கேட்டாளோ அவள் அந்தப் பார்வையால்?

‘உன் தாயாரும் அவள் நிழலும் என்னைப் பயமுறுத்து கின்றனர். அதனால் தான் நான் வரவில்லை என்று உண்மையை அவளிடம் சொல்லமுடியுமானால் நல்லதுதான்.

என் சிந்தனைகளை அவளும் பகிர்ந்துகொண்டு உலகில் அவஸ்தைப்படட்டுமே. அதில் என்ன தவறு?

காதல் என்றால் இன்பத்தில் மட்டுமே பங்கு என்று ஏன் இருக்க வேண்டும்! துன்பத்திலும் பங்குகொள்ளட்டுமே.

என்னை ராமனாக அறிவதுபோல அவள் தன் தாயைத் தாடகையாக, சூர்ப்பனகையாக அறிந்து கொள்ளட்டுமே!

சிந்தனை ஒட்டுவாரொட்டி வியாதியாக அவளையும் பீடித்து அவள் ஒய்யாரத்தைத்தான் சற்றுக் குலைக்கட்டுமே!

என் சிந்தனைகளை அவள் அறிந்துவிட்டாளானால், அவள் கண் சுழட்டலும், மையும் மயக்கமும் சற்றுக் குறையலாம்தான். ஆனால், அவை குறைய வேண்டும் என்றா நான் விரும்பினேன்?

அசுரகணத்தையெல்லாம் எதிர்த்து நிற்க அந்த ராமனுக்குக் கோதண்டமும் லட்சுமணனும் உறுதுணையாகப் பக்கத்தில் நின்றனர். என்னிடம் கோதண்டமும் இல்லை; பக்கத்தில் லட்சுமணனும் இல்லை.

சூர்ப்பனகை நெருங்குகிறாள். நெருங்குகிறாள் - கிட்டவே வந்துவிட்டாள். நெருங்குகிறாள்.

சூர்ப்பனகையின் நிழலிலே ஆயிரமாயிரம் அசுரர்கள் ஒளிந்து நின்றனர். என் ராமத் தன்மையைப் பாழ்படுத்த விரைகின்றனர்.

லட்சுமணா !

ஹோ லட்சுமணா !

மாணவர்களிலே இரண்டு விதம் உண்டு. ஒருவிதம் படித்துக் குட்டிச்சுவராகிற ரகம். இன்னொருவிதம் படிக்காமலே குட்டிச் சுவராகிவிடுகிற ரகம்.

எப்படியும் குட்டிச்சுவராகிற குலம்தானே இந்த மாணவர் குலம் பூராவும் என்கிற எண்ணத்தில் தான் நாள்தோறும், நமது கல்லூரிப் படிப்புப் புத்தகம் படிப்படியாக வருஷத்துக்கு வருஷம் தரம் குறைந்து கொண்டு வருகிறது. இப்படித் தரம் குறைவதற்கு அனுசரணையாக இப்போதெல்லாம் கல்லூரி வேலை செய்கிற நாட்களைக் குறைத்து வாரத்திற்குச் சில சமயம் மூன்று நாள், நான்கு நாள் லீவு விடுகிறார்கள்.

படிப்பிக்கப்பட்டு வீணாவதற்குப் பதில், வாலிபர்கள் படிப்பிக்கப்படாமலேதான் வீணாகட்டுமே என்று கல்வி அதிகாரிகளுக்குத் தாராள சிந்தனை.

1950இல் படிக்கிற இப்படிப்பு 1940இல் உபயோகப்பட்டிராது. 1960இல் வாழப்போகிற வாலிபன் இந்தப் படிப்பைப் படித்துத்தான் என்ன கடைத்தேறிவிடப்போகிறான் என்றுதான் நமது கல்வி அதிகாரிகளுக்கு எண்ணம் போலும் !

அந்த ஒருநாள் கல்லூரிக்குப் பிறகு மறுபடியும் இரண்டு நாள் யாரோ பிறந்தார், யாரோ செத்தார். இன்றைய அதிகாரிகள் அவர்களைப் பெரிய மனிதர்கள் என்று எண்ணினார்கள் என்பதற்காக விடுமுறை.

முதல் நாள் பூராவையும் ருக்குவுடன் காரம் போர்டு ஆடுவதிலேயே கழித்தேன். நான் அவள் பார்க்காதபோது போர்டில் உள்ள காயின்களைத் திருட்டுத்தனமாகப் பாக்கெட் டுக்குள் தள்ளிக்கூடப் பார்க்கிறேன். அப்படியும் ருக்குதான் ஜெயிக்கிறாள்.

தருமம்தான் இவ்வுலகில் வெல்லும் என்பதற்கு இது சூசகமோ !

காரம் போர்டு போன்ற முக்கியமில்லாத விஷயங்களில் மட்டும் தான் தருமம் வெல்லுமோ?

ருக்குவையே கேட்டேன்.

அவள் சொன்ன பதில் என்னைத் திகைக்க வைத்தது. "உனக்கு ஆடத் தெரியவில்லை; ஏமாற்றவும் தெரியவில்லை அண்ணா " என்றாள் ருக்கு.

ஆடத் தெரியவில்லை, ஒப்புக்கொள்கிறேன். ஏமாற்றவுமா தெரியவில்லை?

அதுவாவது தெரிந்திருக்க வேண்டாமா என்று என்னையே கேட்டுக்கொண்டேன்.

"வாச்சாங்குள்ளி அடிப்பதிலே ருக்குவிடம் யாரும் பாடம் கற்றுக்கொள்ள வேண்டும் மாமா" என்றாள் ஜக்கு.

வார்த்தை கூடப் புதுசாகத்தான் இருந்தது எனக்கு.

05

மறுநாள் அதிகாலையில் மீண்டும் யார் வீட்டிலோ ஏதோ விசேஷம் வந்துவிட்டது போலும். நாதசுரமும் தவிலும் என் காதையும், மனத்தையும் தொளைக்க ஆரம்பித்துவிட்டன. விடியற்காலையிலேயே விழித்துக்கொண்ட நான், சாவுச் சிந்தனைகளும் நானுமாகச் சிறிது நேரம் இருந்துவிட்டு,எழுந்து ஸ்நானம் பண்ணிவிட்டு, சட்டையை மாட்டிக்கொண்டு, தெருக்கோடி ஹோட்டலில் ஒரு கப் மோசமான காபி சாப்பிட்டு விட்டு, மனவலி தீரக் கால்வலியை வரவழைத்துக் கொள்ளலாம் என்று நடந்தேன்.

திருவல்லிக்கேணியிலிருந்து, பைக்ராஃப்ட்ஸ் ரோடு வழியாக மவுண்ட் போனேன். மவுண்ட்ரோட்டோடு நடந்து நடந்து வேங்கடநாராயணா ரோடு எதிர்ப்படுகிற வரை நடந்தேன். நடப்பது, அந்தக் காலை வேளையில் இன்பமாகவே இருந்தது. அதிகமாகக் கூட்டமும் இல்லை.

அவள் வீட்டுக்குப் போவது என்கிற உத்தேசத்துடன் கிளம்பவில்லை நான். காலையில் மணி ஏழரைதான் இருக்கும். தியாகராய நகரில் திரும்பித் தெருவோடு போய்விடலாம் என்றுதான் எண்ணினேன். கால்கள் தாமாகவே என்னை அந்த ரோட்டில் இழுத்தன. போனேன். சிந்தனைகள் கூட எதுவும் தெளிவாக என்னுள் அச்சமயம் ஓடவில்லை.

அவள் வீட்டு வாசலை அடைந்ததும் நின்று நிதானித்தேன்.

உள்ளே நிச்சயமாக நானாகப் போயிருக்க மாட்டேன் என்றுதான் எண்ணுகிறேன். கேட்டுக்கு அப்பால், ரோஜாப் பாத்தியண்டை ஹேமாவின் மாமா நின்றுகொண்டிருந்தார். நான் தகவல் சொல்லப் போனதற்கு மறுநாளே அவர்

என் வீடு வந்ததும், என் அப்பாவும் அவரும் ஒரு பகல் பூராவும் சளசளாவியதும் பழங்கதை.

அவர் என்னைக் கண்டதும், “வாங்களேன்!” என்று உள்ளே கூப்பிட்டார். அதற்காகத்தான் காத்திருந்தவன் மாதிரி, உடனேயே கேட்டைத் திறந்து கொண்டு போய்விட்டேன்.

என் மன வலி தீர்ந்துவிட்ட மாதிரித்தான் இருந்தது. நான் தெருவில் கேட்ட நாதசுரமும், சாவு நினைவுகளும் என்னைவிட்டு நீங்கியிருந்தன.

நடப்பதில் பிரியம் உள்ளவன் நான், நடந்து பழகியவன். எனினும் கால்வலியும் லேசாகத் தொடங்கியிருந்தது.

ஹேமாவின் மாமா முன்னே போக, நான் பின் தொடர்ந்தேன். முன்னறையைத் தாண்டிக் கூடத்துக்குள் போனோம். கூடத்து ஊஞ்சலில் உட்கார்ந்துகொண்டிருந்தாள் ஹேமாவின் தாயார்.

ஊஞ்சலை அதிகாலையில் வேகமாக ஆட்டிக் கொண்டிருந்தவள் எங்களைக் கண்டதும் சற்றே வேகத்தைக் குறைத்தாள். ஆட்டுவதை நிறுத்தினாள். ஆனால், ஊஞ்சலைவிட்டு இறங்கவில்லை.

“உட்கார் ராமா, நான் போய்க் காபிக்குச் சொல்கிறேன்” என்றார் விசுவநாதன்.

“காபி வேண்டாம். சாப்பிட்டாகிவிட்டது” என்றேன்.

ஏன் இங்கு,இப்பொழுது வந்தோம் என்று தோன்றத் தொடங்கிவிட்டது எனக்கு. படியாத என் தலைக் கிராப்பு மயிரைக் கைவிரல்களால் தடவிவிட்டுக் கொண்டே, விசுவநாதனையோ ஹேமாவின் தாயாரையோ பார்க்காமல், கூடத்துச் சுவரில் மாட்டியிருந்த அலங்காரமான படங்களைப் பார்த்துக் கொண்டு நின்றேன். ஊஞ்சல் லேசாக ஆடிக்கொண்டிருந்தது.

“உட்காருங்களேன்” என்று ஒரு மெத்தை போட்ட பிரம்பு நாற்காலியைக் காட்டினாள் ஹேமாவின் தாயார்.

“அன்று நான் போய்ப் பார்த்துவிட்டு வந்தேனே நாராயணன் என்று என் நண்பன் ஒருவனை, அவனுடைய பிள்ளை இவன். ராமன்னு பெயர். ஹேமாவுடைய வகுப்பிலே தான் படிக்கிறான்” என்று அடுக்கினார் ஹேமாவின் மாமா.

“தெரியுமே! அன்று இவரேதான் உன்னைத் தேடிக் கொண்டு வந்தார். அரைமணி காத்திருந்துவிட்டுக்கூடப் போனாரே!” என்றாள் ஹேமாவின் தாயார்.

“நான் இன்று கூட திருவல்லிக்கேணி வரலாமா நாராயணனைப் பார்க்க என்று எண்ணினேன். தோட்டத்திலே ஆள் வேலை செய்கிறான். வேலை சொல்லிவிட்டு வருகிறேன். இருவரும் போகலாம். அவசரம் ஒன்றுமில்லை “ என்று வெளியேறினார் விசுவநாதன்.

நான் ஹேமாவின் தாயார் காட்டிய நாற்காலியில் உட்கார்ந்தேன்.

அடியோடு நின்றுவிட்ட ஊஞ்சலை லேசாகக் காலால் ஆட்டி விட்டு ஹேமாவின் தாயார் அவளாகவே சொன்னாள், “ஹேமா அதிகாலையிலேயே யாரோ ஒரு சிநேகிதியைப் பார்க்க வேண்டுமென்று வண்டியை எடுத்துக்கொண்டு போயிருக்காள். அரைமணியில் திரும்பிவிடுவாள் “ என்று சொன்னாள்.

லேசாக ஆடிக்கொண்டிருந்த ஊஞ்சலுக்குப் பின்னால் ஒரு ராட்சஸ உருவம். வெறும் நிழலாக நின்று, பல்லிளித்து என்னைக் கேலி செய்து கொண்டிருப்பது போன்ற ஒரு பிரமை ஏற்பட்டது எனக்கு. அதையே பார்க்கவும், அதே சமயம் பார்க்காமல் இருக்கவும் முயன்று கொண்டிருந்தேன் நான்.

ஹேமாவின் தாயார் லேசாக இரண்டு விஷயங்களை எனக்கு அறிவுறுத்தினாள். அப்படிப் பேசியதனால், ஒன்று அவர்களிடம் வண்டியிருந்தது என்பதை, இரண்டாவது நான் ஹேமாவைத்தான் தேடி வந்திருக்க வேண்டும் என்று அவள் எண்ணியதாகத் தெரிவித்தாள்.

நான் ஹேமாவைத் தேடிக்கொண்டு வரவில்லை என்று சொல்லியிருக்கவேண்டும்.

ஆனால், அப்படிச் சொல்லியிருந்தால் அதற்கு எப்படி அர்த்தம் பண்ணிக்கொண்டிருப்பாள் அவள்? ஆனால், நான் பதில் எதுவும் தரவில்லை.

பின்னாலிருந்த ராட்சஸ நிழல் சூர்ப்பனகையினுடையதா, தாடகையினுடையதா என்று தீர்மானித்து முடிவு கட்ட முயன்று கொண்டிருந்தேன்.

ஹேமாவைத் தேடிக்கொண்டு வராவிட்டால், நாம் எதற்காக அந்த வீட்டுக்கு மீண்டும் போயிருக்கவேண்டும்.

அவள் மாமாவைத் தேடியா? அல்லது அழகான காலால் ஊஞ்சலை லேசாக உந்திவிட்டுக்கொண்டு உட்கார்ந்திருந்தாளே, ஹேமாவின் தாய் அவளை நாடியா வந்திருந்தேன். ஹேமாவுக்காக வரவில்லை என்று நான் சொல்லியிருந்தால் ஹேமாவின் தாயே நம்பியிருக்கமாட்டாள். ஆகவே சொல்லாதிருந்ததே நல்லது.

"உங்க பெயர் ராமனா? நல்ல பெயர்" என்றாள் ஹேமாவின் தாய்.

அவள் பெயர் சூர்ப்பனகை. மூக்கையும் காதையும் அறுத்து அவளை மானபங்கப்படுத்தத்தான் எனக்கு ஒரு லட்சுமணன் தேவையாக இருந்தது.

ஓ! லட்சுமணா!

ஹேமாவின் தாயார் சொன்னாள்: "நீங்க ரொம்ப ரொம்பக் கெட்டிக்காரர் என்று எங்கள் ஹேமா சொல்லுகிறாளே!"

நான் பதில் சொல்லவில்லை. இதற்கு என்ன பதில் சொல்லுவது? கெட்டிக்காரனான எனக்கே இதற்கென்ன பதில் சொல்லுவது என்று தெரியத்தான் இல்லை.

ஊஞ்சல் வேகம் சற்று அதிகரித்த மாதிரி இருந்தது. ஏதோ பாய்வதற்காகப் பதுங்கி, வாலை மட்டும் உயர்த்தி ஆட்டுகிற பூனை நினைவுக்கு வந்தது எனக்கு. வாயைத் திறந்து ஹேமாவின் தாயார், "காதல் என்பதைப் பற்றி நீங்கள் என்ன நினைக் கிறீர்கள்?" என்று கேட்டுவிட்டு என்னையே உறுத்துக் குறிப்பாகப் பார்த்தாள்.

ஹே! லட்சுமணா!

"காதலைப் பற்றியா?" என்றேன் நான் திடுக்கிட்டுத் திகைத்துப் போய்.

தாடகையின் நிழல் அல்ல அது. சூர்ப்பனகை நிழல் தான் சந்தேகம் இல்லை.

காதலைப் பற்றி நான் என்ன நினைக்கிறேன் என்று தெரிந்துகொள்ள விரும்பினாளா அவள்? அடாடா!

"ஆமாம், லவ், லவ் என்கிறார்களே! அதைப்பற்றி" என்று ஊஞ்சல் ஆடிய வேகத்தைச் சற்றுத் தடைப்படுத்திக்கொண்டே கேட்டாள் ஹேமாவின் தாய். காதல் என்று - தமிழில் சொன்னால் புரியாமல் போய்விடுமோ என்று எண்ணியவள் போல ஆங்கிலத்தில் 'லவ்' என்று சொன்னாள்.

ஹேமாவின் தாயாரை நான் ஆங்கிலம் தெரிந்த பெண்மணியாக மதித்திருக்க மாட்டேன். இந்த மாதிரி இரண்டொரு வார்த்தைகளைத் தவிர அவளுக்கு வேறு ஒரு ஆங்கில வார்த்தையுமே தெரியாது என்றுதான் எண்ணுகிறேன்.

ஊஞ்சல் லேசாக வேகம் கூடியது; ஆடியது.

காதலைப் பற்றி என் அந்தரங்கமான அபிப்பிராயம் என்ன? லவ் என்கிறார்களே அதுபற்றி.

நானே இதைப்பற்றி இன்றுவரை இந்த அளவில் யோசித்தது இல்லை. எனக்கு வயது என்னவோ அதிகம் ஆகிவிடவில்லை. பதினெட்டுத்தான் முடிந்திருக்கிறது.

அனுபவங்கள் என்று சொல்லுகிறார்களே அது எனக்கு அதிகம் கிடையாதுதான்.

ஆனால், ஆகாத வயசுக்கும், ஏற்படாத அனுபவங்களுக்கும் ஈடுசெய்யப் போதுமான கற்பனை உண்டு எனக்கு. அந்தக் கற்பனையைத் தூண்டிச் செலுத்த எனக்குப் படிப்பு உண்டு. புத்தக அறிவு உண்டு. சிந்தனைத் தெளிவும் உண்டு. என் விசித்திரமான போக்குகள் எல்லாமே இந்தச் சிந்தனைத் தெளிவால், புத்தக அறிவால், விசித்திரக் கற்பனையால் ஏற்பட்டவைதானே!

காதல் என்றால் என்ன என்று எனக்குத் தெரியும். லவ் என்பது இதுதான் என்று சொல்லமுடியுமோ முடியாதோ, இதுதான் லவ் என்று சுட்டிக்காட்ட முடியும்.

விலை கொடுத்துக் காதல் அனுபவம் ஒன்றையும் நான் சென்ற வருஷம் வாங்கிப் பார்த்திருக்கிறேன்.

அப்படி ஒன்றும் முழு அப்பாவியல்ல நான்.

ஆனாலும் ஹேமாவின் தாயார் கேட்ட கேள்விக்கு என்ன பதில் சொல்வது என்று எனக்குத் தெரியவில்லை.

காதல் என்பதைப் பற்றி நான் என்ன நினைத்தேன்?

என்னவெல்லாமோ நினைத்தேன். அதையெல்லாம் அவளிடம் சொல்ல முடியுமா? சொன்னால் அவள் தான் கேட்டுக்கொண்டிருப்பாளா?

ஹேமாவின் தாய் என்பதற்காக நான் என் மனத்தில் தோன்றியதை எல்லாம் அவளிடம் சொல்லிவிட முடியுமா? ஹேமாவிடம் சொல்லலாம். அதே கேள்வியை ஹேமா என்னிடம் கேட்டிருந்தாளானால், அதற்கு அர்த்தமும் உபயோகமும் இருப்பதாக எனக்குத் தோன்றியிருக்கும். அவள் தாய் என்னைக் கேட்பானேன்?

பாண்டியஸ் பைலட் என்கிற ராஜ்யப் பிரதிநிதிமுன், சக்தி வாய்ந்த ரோம சாம்ராஜ்யத்தின் பிரதிநிதிமுன் கொணர்ந்து நிறுத்தப்பட்ட ஏசு கிறிஸ்துவை, பாண்டியஸ் பைலட், “உண்மை என்றால் என்ன?” என்று கேட்டானாம்.

உண்மை என்றால் என்ன என்று ஏசுவுக்கா தெரியாது? தெரிந்திருந்தும் வாய் மூடி மௌனியாக நின்றாராம் அவர்.

பைலட்டின் கேள்விக்கு என்னாலும் பதில் கூறியிருக்க முடியாது! ஆனால், ஹேமாவின் தாயார் சக்தி வாய்ந்த ஒரு சாம்ராஜ்யத்தின் பிரதிநிதி அல்ல. நானும் அரசு அல்ல. அவள் கேள்விக்கு என்னால் உடனேயே பதில் தந்திருக்க முடியும்தான்.

ஆனால், நான் பதில் எதுவும் சொல்லிவிடவில்லை.

ஊஞ்சலை அழகாக உந்தி உந்தி ஆட்டிக்கொண்டு அமர்ந்திருந்த பெண்மணியை நிமிர்ந்து பார்த்தேன். பின்னால் இருப்பதாகத் தோன்றிய சூர்ப்பனகை நிழலை மறந்துவிட்டு, ஒரு நிமிஷம் மறந்துவிட்டு, அந்த அம்மணியையே நேருக்கு நேராகப் பார்த்தேன். ஒரு நிமிஷத்துக்கு அதிகமாகவே நிமிர்ந்து ஊன்றிக் கவனித்துப் பார்த்திருப்பேன் என்று எண்ணுகிறேன். அத்தனை நேரம் அதற்கு முன் நான் எந்த ஸ்திரீயையும் அப்படிப் பார்த்ததேயில்லை.

அவளைக்கூட ஆம், அந்த அவளைத்தான், இவளுடைய பெண்ணான அவளையும் கூட. அவள் பெயர்கூடச் சமயத்துக்கு மறந்துவிட்டது எனக்கு. அந்த ஹேமாவைக்கூட நான் இத்தனை நேரம் நேருக்குநேர் பார்த்ததில்லை. கண்ணைக் கண்கவ்வ விட்டதில்லை.

ஹேமாவின் தாயாருக்கு வயது நாற்பதுக்குமேல் இருக்கும். ஐம்பதுக்கு மேலும் இருக்கலாம். பார்வைக்குத்தான் இது. உண்மையில் அதிகமாகவே இருக்கும்.

கவர்ச்சிகரமான, அழகான, உருண்டையான முகம். முகவாய்க்கட்டையில் அழகாகக் குழி விழுந்திருந்தது. அகலமான நீண்ட கண்கள் அரபிக்காரப் பெண்களின் படங்களில் காண்பது போல. அடர்ந்து நீண்டு சற்றே ஓரத்தில், மெலிந்து வளைந்த புருவபந்தி. விசாலமான, எடுப்பான சிவந்த நெற்றி. பழைய காலத்து ஸ்திரீகள் பலருக்குத் தெரியுமே அதுபோல சிவந்த நெற்றியிலே பளிச்சென்று பச்சை நரம்பு தெரிந்தது. அது செயற்கையா இயற்கையா என்று என்னையே கேட்டுக் கொண்டேன்.

அந்தச் செயற்கைப் பச்சை நரம்பு காரணமாகத்தானோ என்னவோ, அவள் எனக்கு என் பாட்டியை நினைவூட்டினாள். எனக்குப் பாட்டியின் ஞாபகம் இன்பமும் துன்பமும் கலந்த ஒரு மனக்குழப்பம். எதனால் அது இன்பம் துன்பம் கலந்த குழப்பம் என்பது எனக்கே தெரியாது. ஏனென்றால் நான் அவளை அறிந்திருந்த காலத்திலே அவள் இன்பத்திற்கும் எட்டாதவள்; துன்பத்திற்கும் எட்டாதவள்.

வாழ்க்கையை வாழ்ந்து முடித்துவிட்டு, சிறிது காலம் மேலும் உயிர் வைத்துக் கொண்டிருந்தாள். செத்து மல்லாந்து கிடக்கும் போது அவள் நெற்றிப் பச்சை நரம்பு மட்டும் உயிர்பெற்றுத் துடித்தது போல இருந்தது எனக்கு. பாட்டி தன்னுடைய எண்பத்தி எட்டாவது வயதில் இறந்தபோது எனக்கு வயது ஒன்பது.

அந்தப் பாட்டி என்னை ஒருநாளும் இந்தமாதிரிக் கேள்வி கேட்டிருக்கமாட்டாள் என்பது நிச்சயம். காதல் என்கிற தத்துவமோ, லவ் என்கிற வார்த்தையோகூட அவள் காலத்தில் அவளைப் போன்றவர்கள் யாருக்குமே தெரியாது.

இவள், இந்துப் பாட்டி என்று எனக்குள்ளேயே சொல்லிக் கொண்டேன், இவள் இப்படிக் கேட்டாளே...

ஏன்?

லவ், லவ் என்கிறார்களே அது என்ன? அதுபற்றி நான் என்ன நினைக்கிறேன் என்று என்னை இவள், மேலாடை லேசாகக் காற்றில் பறக்க, ஊஞ்சலில் ரவி வர்மாவின் மோகினி மாதிரி ஆடிக்கொண்டே உட்கார்ந்திருந்தாளே, இவள் கேட்டாள்.

இவள் கேட்டதற்குக்காரணம் என்ன?

அந்தக் காட்சியைப் பார்க்கப் பார்க்க எனக்கு ரவி வர்மாவின் மோகினிப்படம்தான் ஞாபகம் வந்தது. ரவிவர்மா தன் மோகினியை அழகாக இருந்து வயசாகிக்கொண்டிருந்த ஒரு ஸ்திரீயாகத் தீட்டியிருப்பதாகத்தான் எனக்கு ஞாபகம் வந்தது.

வயதாகிக்கொண்டிருக்கும் ஸ்திரீக்கு மோகனக் கவர்ச்சி அதிகம் என்று கலைஞன் உணர்ந்துதான் அப்படித் தீட்டினானோ?

மயக்கம் தரும் ஸ்திரீயான மோகினி.

தப்பமுடியாத மயக்கம் தந்து மாயம் வல்ல அரக்கி, தாடகை, சூர்ப்பனகை.

ஹேமாவின் தாயார் அப்படிப்பட்ட ஸ்திரீயோ?

அப்படிப்பட்ட என்பதற்கு முழு அர்த்தமும்தான் என்ன என்று என்னையே கேட்டுக்கொண்டு உட்கார்ந்திருந்தேன் நான்.

கன்னி வாலிபர்களுக்குப் படிப்பூட்ட விரும்புகிற வயதாகிக் கொண்டிருக்கிற ஸ்திரீயா இவள்? மோகினி என்றால் அதுதானே அர்த்தம்?

அப்படியானால் இப்பேர்ப்பட்ட ஸ்திரீகளை விஷ ஜந்துக்கள் என்று சமூகத்தில் நசுக்கிக் கொல்ல வேண்டாமா?

அல்லது லட்சுமணன் என்கிற லட்சிய புருஷன் செய்த மாதிரி இவர்களுடைய மூக்கையும் காதையும் அழகான ஸ்தனங்களையுமாவது அறுத்துவிட வேண்டாமா?

ஹே! லட்சுமணா...

எங்கேடா போய்விட்டாய் நீ? உனக்குத் தேவை ஏற்படும் போது எங்கேயோ போய் காலம் என்னும் திரைக்குள் பதுங்கிக் கொண்டுவிட்டாயே!

பார்த்தேன்! பார்த்தேன்! பார்த்துக்கொண்டேயிருக்கும் போது என்ன சொன்னாலும் அவள் கவர்ச்சி மிகுந்த ஸ்திரீதான் என்கிற நினைப்பே எனக்கு ஏற்பட்டது.

விஷ ஜந்துக்களின் கவர்ச்சியே அலாதியானது.

ராட்சசர்களின் கவர்ச்சி அலாதியானது.

சாத்தானும், ஷைலக்கும் வற்றாத சுவாரசியமிக்க பாத்திரங்களாகக் காவியத்தில் இருப்பதற்கு, அவர்கள் விஷ ஜந்துக்கள் தான் என்றாலும், அசுரகணம் என்றாலும், கவர்ச்சி மிக்கவர்களாக இருப்பதுதான் காரணம்.

அதுவும் என் போன்ற பைத்தியக்கார போக்கு நிறைந்தவர்களுக்கு அசுரகணங்களின் கவர்ச்சி தவிர்க்க முடியாதுதான்!

கண்ணைக்கூடச்சிமிட்டாமல்ஹேமாவின்தாயையேபார்த்துக்கொண்டு உட்கார்ந்திருந்தேன் நான்.

நிழல் இல்லை. ஆனாலும் சூர்ப்பனகைதான் அழகான மாறு வேஷம் பூண்டு வந்திருக்கிறாள் என்பது தெரிந்தது எனக்கு. தப்ப முடியாது அந்த அசுர வலையிலிருந்து என்றும் தோன்றிற்று.

முதலில் என்னைக் கண்டதுமே, “ஹேமா வீட்டிலில்லை” என்றாளே அவள். அப்போது நான் மட்டும், “அவளைத் தேடி வரவில்லை நான்” என்று சொல்லியிருந்தால் அதை எப்படி அர்த்தம், அனர்த்தம் பண்ணிக்கொண்டிருப்பாளோ அவள் என்று எண்ணிப் பார்த்தேன்.

இதெல்லாம் என் பைத்தியக்காரத்தனமாக போக்கு என்றும் கூடவே தோன்றியது. இதற்கெல்லாம், இப்படியெல்லாம் கற்பனையை ஓடவிட ஆதாரம் சிறிதுமே கிடையாது. நான் நினைத்தது போல

இராது, தன் ஒரே மகளைப் பற்றிய கவலையால் தூண்டப்பட்ட வெறும் சாதாரணத் தாயாகவே அவள் இருக்கலாம். தன் பெண்ணின் நன்மையை மட்டும் கருதி, நான் எப்படிப்பட்ட மனிதன் என்று அறிந்து கொள்வதற்காக மட்டும் அவள் அந்தக் கேள்வியை என்னைக் கேட்டிருக்கலாம் அல்லவா?

அப்படியும் கேட்டிருக்கலாம்தானே?

தவறுதலான, அசாதாரணமான, அசுர நினைவுகள் எதுவும் இல்லாமல், சாதாரணமாக அவள் அந்தக் கேள்வியைக் கேட்டிருக்கலாம்.

'முதல் நாள் வந்தபோதே இந்தக் கெட்டிக்காரன் ஹேமாவைப் பார்த்துப் பேந்தப்பேந்த விழித்தான். அவள் பேசப்பேச வாயைத் திறக்காமல், கையைப் பிசைந்துகொண்டு, தேன் குடித்த மாதிரி மயங்கிக் கிடந்தான். இரண்டாவது தடவையும் அழையாத விருந்தாளியாக ஏதோ இல்லாத உறவு கொண்டாடிக்கொண்டு வந்துவிட்டானே இவன்! என் பெண் ஹேமாதான் காரணம். அவளைக் காப்பாற்றுவது, இந்த மாதிரி ராட்சஸ ஆண்களிடமிருந்து காப்பாற்றுவது தாயின் சிறப்பான கடமையல்லவா? ஏதாவது கேட்டு அவனைத் தோற்கடித்துத் திருப்பி விரட்டி விடுவோம்' என்று ஹேமாவின் தாயார் சர்வ சாதாரணமாக நினைத்திருக்கலாம்தான். அப்படி நினைத்திருந்தால் அது நியாயம்தான். இல்லை என்று நான் சொல்ல மாட்டேன்.

ஊஞ்சல் ஆட்ட வேகம் அதிகரித்திருந்த மாதிரி இருந்தது. மஞ்சள் கரையிட்ட அவள் புடவை ஓரம் காற்றில் அலைந்தது. கடல் அலைபோலே எழுந்து அடங்கியது. கணுக்கால் வெள்ளை மின்னல் கீற்றாகப் பளிச்சிட்டது.

நான் என் நாற்காலியில் உள்ளே தள்ளிச் சாய்ந்து மீண்டும் ஒருதரம் அவளை நிமிர்ந்து பார்த்தேன்.

அழகான, ஆசையூட்டக்கூடிய, ஆனால், வயதாகிக் கொண்டிருந்த ஸ்திரீ அவள். இருந்தாலும் ஸ்திரீதான்.

ஊஞ்சலின் பின்னால் கண்ணுக்குத் தெரியாத நிழல் சூர்ப்பனகையாக எனக்குக் காட்சி அளித்தது.

வெறியாட்டம் ஆடிற்று அந்த நிழல் என்று எனக்குத் தோன்றிற்று.

ஆனால், காலை நேரம். அறைக்குள் வெய்யிலோ விளக்கோ இல்லை. ஒளி எங்கும் சரிசமமாகப் பரந்து கிடந்தது. ஒரு சமயம் பார்த்தால் நிழலே இல்லை. எனக்கும் கூட நிழல் இல்லை.

ஆனால், அடுத்த கணம் பார்த்தேன். சூர்ப்பனகை நிழலை. லட்சுமண நிழலைத்தான் காணவில்லை.

சட்டென்று, உனக்குப் பதில் சொல்லத்தெரியும் எனக்கு. வேண்டாம், உன்னை மானபங்கப்படுத்த வேண்டாம் என்று பதில் அளிக்காதிருந்துவிடுகிறேன்' என்று சொல்லவேண்டும் போலத் தோன்றிற்று எனக்கு.

திடமாகவே, "உனக்கு" என்று தொடங்கினேன்.

சூர்ப்பனகை நிழல் எழுந்து கவிந்து நின்று என்னைப் பார்த்து, "வவ்வவ்வே" என்று அழகு காட்டின மாதிரி இருந்தது. என் வாயிலிருந்து வார்த்தைகள் வரவில்லை. உனக்கு என்கிற வார்த்தை கூட அவள் காதில் முழுசாக விழுந்திராது என்பது நிச்சயம்.

என் மனசிலிருந்த துணிச்சல் வாயில் வரவில்லை.

என் குழப்பத்தையும் தடுமாற்றத்தையும் கண்டு, ஊஞ்சல் மோகினி ஆட்டத்தை நிறுத்தாமலே நகைப்பது போல் இருந்தது.

நகைக்கட்டும். அவள் இஷ்டப்படி நகைக்கட்டும். அதனால் எனக்கு ஒன்றும் நஷ்டமில்லை.

எத்தனையோ பேர் இந்தப் பதினெட்டு பத்தொன்பது வருஷங்களில் என்னைக் கண்டு நகைத்திருக்கின்றனர்.

இவள் என்ன பிரமாதம்? எத்தனையோ பேர் நகைத்த எதையும் பொருட்படுத்தாதிருக்கப் பழகியவன் நான்.

உண்மையிலேயே எனக்குக் காதலைப் பற்றித் தெரியும். ஹேமாவோ, அவள் தாயாரோ எனக்குத் தெரிந்திருக்கும் என்று எதிர்பார்த்திருந்ததை விடச் சற்று அதிகமாகவே தெரியும். காவிய, நாடக ரகக் காதல் தாண்டி, காசு கொடுத்து வாங்கி அனுபவிக்கும் காதலும் கூட எனக்குத் தெரியும்.

அனுபவக் களஞ்சியம் அல்ல நான். மேகம் என்னுடம்பிலே துளை போடுகிற அளவுக்குக் காதல் கடலில் காசு கொடுத்து நீந்தியவன் அல்ல நான். சிற்றின்பத்தையே பேரின்பமாக உயர்த்தி வைத்து சாயுஜ்யத்தை எட்டிவிட்டவன் அல்ல நான்.

விலை கொடுத்து - நாலரை ரூபாய் விலை தந்து வாங்கிய ஒரு அனுபவம் எனக்கு எல்லையற்ற, கற்பனை அளவு விரிந்த, ஒரு விழிப்பைத் தந்தது உண்மைதான். சில மாதங்களுக்கு முன் நடந்த சம்பவம்தான் அது. என் உடலையும் உள்ளத்தையும் தட்டி எழுப்பித் தூண்டிய அனுபவம் அது.

ஆனால், அது பிடித்திருந்ததா என்று என்னைக் கேட்டு லாபம் இல்லை. ஏனென்றால் எனக்கே அதுபற்றி ஒன்றும் தெரியாது. ஆனால், அது என் சிந்தனைகளை ஒரு அசாதாரண அளவுக்குத் தூண்டிவிட்டது என்பது என்னவோ உண்மையென்றுதான் சொல்லுவேன்.

அனுபவம் என்றால் அது சாதாரணமாகச் சிந்தனைகளைத் தூண்டி விடுவதாகத்தானே இருக்க வேண்டும்?

காவியங்களிலும், நாடகங்களிலும், கற்பனைக் கதைகளிலும் காணப்படுகிற காதல் அனுபவம் அல்ல என்னுடையது. அடிப்படையில் அது அவற்றுடன் ஒன்றாக இருந்திருக்கலாம். ஆனால், விலை கொடுத்து வாங்கியது, கடையில் போய் கத்தரிக்காய், தேங்காய் வாங்குவது போல வாங்கியது நிரந்தரமானது அல்ல. ஓர் இரவுக்கு மட்டும் செய்துகொண்ட ஒரு ஒப்பந்தம் அது. ஒரே சமயத்தில் கவர்ச்சியையும் வெறுப்பையும் புதுமை உணர்ச்சியையும் அருவருப்பையும் உண்டாக்கியது. தெய்வீகத்தையும் அசுரத்தனத்தையும் ஒருங்கே காட்டியது.

இன்று நினைத்துப் பார்க்கும் போது அந்த அனுபவத்தின் சிறப்பான அம்சமாக அந்தக் காதல் படுக்கையில் இறந்து வடுக்கள் விட்டுப்போன மூட்டைப்பூச்சி வாசனைதான் முதலில் நினைவுக்கு வருகிறது.

அவள் எப்படியிருந்தாள் என்று கேட்டால் என்ன சொல்லுவது நான்? அவள் காவிய நாயகி அல்ல. திலோத்தமையோ, ஹெலனோ அல்லது வீனஸோ அல்ல அவள். அவள் ஜூலியட் அல்ல என்று சொல்கிற அதே மூச்சிலேயே நான் ரோமியோ அல்ல, என்றும்தானே சொல்ல வேண்டும்? இல்லாவிட்டால் அந்தக் காதலை நாலரை ரூபாய் விலைக்கு வாங்க முடியும் என்று எனக்குத் தோன்றியிருக்க முடியுமா?

அந்த அனுபவத்தை வார்த்தைகளில் விவரிப்பதும் கூடத் தவறு என்றுதான் எனக்குத் தோன்றுகிறது. வார்த்தைகளில் இந்த மாதிரி அனுபவங்களைச் சொல்லக்கூடாது என்றுதானே பொதுவாக மனிதகுலம் இதையெல்லாம் இலைமறைவு காய் மறைவாக ஒதுக்கி வைத்திருக்கிறது? தலைமுறை தலைமுறையாக மனிதர்கள் ஏதோ அசிங்கத்தைக் காண்பவர்கள் போல இந்தப் பச்சை விஷயங்களைக் கண்டு ஒதுங்கி வாழ முயலுகிறார்கள்.

வாலிப முடுக்கிலே இளமைப் புரட்சி வேகத்திலே, கலையிலே ஒரு பகுதியினர் கட்சி கட்டிக்கொண்டு இந்த விஷயங்களையெல்லாம் பற்றிப் பேசுகிறார்கள். இப்படிப் பேசுவதை இந்தத் தலைமுறைக்குச் சாத்தியமாக்கியவன் என்று டாக்டர் ஸிக்மண்டு ஃப்ராய்ட் என்கிற வியென்னா நகரத்து மனோதத்துவ நிபுணனைச் சொல்லவேண்டும்.

உலகிலே ஆண் பெண் உறவு தவிர வேறு எதுவுமே இல்லை. அப்படி ஏதாவது இருந்தாலும் அது நிரந்தரமானதல்ல என்கிற நோக்கத்திலிருந்து ஒரு பிரமாதமான மனோதத்துவ மாளிகையை அவன் நிர்மாணித்து விட்டான்.

எத்தனையோ மனித மதங்களைப்போல இம்மதமும் தப்புத்தான் என்றாலும் அது மதமாகத்தானே இருக்கிறது!

அது எப்படியாவது போகட்டும். இதுபற்றிப் பேசுவதை ஒதுக்கிவிட முடியும் என்றே வைத்துக்கொள்ளுவோம். அனுபவங்களை ஒதுக்கிவிட முடியுமா? அந்த அனுபவங்களைத் தொடர்ந்து எழுந்து வியாபித்து விசுவரூபம் எடுக்கக்கூடிய சிந்தனைகளை ஒதுக்கிவிட முடியுமா?

அனுபவங்களை அங்கீகரிக்கிற அளவுக்கு மனிதன் வார்த்தைகளையோ சிந்தனைகளையோ அங்கீகரிப்பதில்லை என்று எனக்கும் தெரிகிறது.

ஆனால், வார்த்தைகளும் சிந்தனைகளும்தான் முக்கியம் என்று அசாதாரணமானவனான நான் எண்ணுகிறேன். அவைதான் என் அனுபவத்துக்கே அர்த்தம் தருகின்றன.

வார்த்தை இடுக்குகளில், சிந்தனைச் சூறாவளிகளில் சிக்கிச் சுழலுவதால் தான் நான் ஸெமி என்றும், பைத்தியம் என்றும் பெயர் வாங்கியிருக்கிறேன்.

ஹேமாவின் தாயார் ஏதோ ஒரு கேள்வி கேட்டாள் - காதல் பற்றி.

தெரியும்,தெரியாதுஎன்றுஏதாவதுபதில்சொல்லிவிட்டிருந்திருக்கலாம் நான்.

மேலும் கீழும் பார்த்துக்கொண்டு மென்று விழுங்கிக் கொண்டு இத்தனை அவஸ்தைப்படுவது எதனால்? நான் பைத்தியக்காரனாக இருப்பதால் தான் என்று எனக்கே நிதர்சனமாகத் தெரிகிறது.

“காதலைப் பற்றி ஷேக்ஸ்பியரிலும், டிரிஸ்டிரம் ஷாண்டிலும் படித்ததைத் தவிர வேறு எனக்கு என்ன தெரியும்?” என்று பதிலுக்குக் கேட்டுவிட்டுப் பேசாதிருக்கலாம் நான்.

அல்லது,“இதோ என் பதில் “ என்று என் நாலரை ரூபாய் அனுபவம் பூராவையும் அவளிடம், வார்த்தை விடாமல், சிந்தனை விடாமல், நாக்கூசாமல் அவளிடம் சொல்லிப் பார்த்திருக்கலாம். மூட்டைப்பூச்சி ஊறித் தங்கியிருந்த கட்டிலையும், எண்ணெய்ப் பிசுக்கேறிய அந்த மெத்தை தலைகாணியையும், பத்தாடுகள் அடைத்து வைத்த பட்டி போல நாறிய அந்தப் பெண்ணின் வியர்வை வாசனையையும் நான் விரிவாக விவரித்திருக்கலாம்.

என் தாயிடம் சொல்வதுபோல அவளிடம் மனம் திறந்து என் கவர்ச்சியையும் அருவருப்பையும் சொல்லியிருக்கலாம்.

என் தாயை அறியவே அறியாதவன் நான். ஹேமாவின் தாய் அவள். என் தாயிடம் எப்படிப் பேசியிருப்பேனோ அப்படி அவளிடம் பேசுவது சாத்தியமேயில்லை என்றுதான் எனக்குத் தோன்றிற்று.

“நீங்கள் ரொம்பக் கெட்டிக்காரர் என்று ஹேமா சொல்கிறாளே?” என்று பீடிகை போட்டாளே அவள். அது எதற்காக?

தன் பெண் என்னிடம் கொஞ்சம் மதிப்பு வைத்திருந்தாள் என்று நேரடியாகச் சொல்லாமல் சொல்லிக்காட்ட விரும்பினாளா?

அல்லது என்னை, “ஓஹோ கெட்டிக்காரரே!” என்று கேலி செய்ய விரும்பினாளா?

கேலியாகத்தான் இருக்க வேண்டும் என்று, சூர்ப்பனகையின் நிழல் ஆட்சியிலே ஒரு முடிவுக்கு வந்தேன்.

அப்படிக் கேலி செய்தாள் என்றால் நான் கோபித்துக் கொள்வது நியாயம்தானே? ஆனால், கெட்டிக்காரனாக, அவளிடம் கோபித்துக்கொண்டு எதுவும் சொல்லச் சக்தியற்ற வனாக இருந்தேன் நான். ஏன் இப்படி என்று என்னையே கேட்டுக்கொள்வதற்குமேல் என்னால் எதுவும் செய்ய இயலவில்லை.

எனக்குக் கிடைத்த சந்தர்ப்பம் என்னவோ அசாதாரணமானதுதான்.

என்னை ஹேமாவின் தாய் கேட்ட கேள்வி அசாதாரணமானதுதான். சாதாரணமாக யாரும், அந்த வயது ஸ்திரீ யாரும், என் வயதான பையன் யாரையும் கேட்டிருக்கமாட்டார்கள்.

கேட்டவளும் அசாதாரணமானவளே! அவளைப் பார்த்தாலும் அசாதாரணமான ஸ்திரீ என்பது தெரிந்தது.

அருந்ததி அல்ல அவள். அகல்யையும் அல்ல. தேவ கணத்தவள் அல்ல அவள். அசுரகணம்தான். தாடகை என்று எண்ணினேன் நான். இல்லை சூர்ப்பனகை என்று சொல்வது தான் சரி.

நானும் சாதாரணமானவன் அல்லவே?

ராமன் நான்.

எனக்குச் சாமர்த்தியம், கெட்டிக்காரத்தனம் என்று ஒன்று உண்டானால், உண்மையிலேயே நான் கெட்டிக்காரன். ஆனால், இந்த இக்கட்டான சமயத்தில் சமாளித்துக்கொள்ள, ஏதாவது சொல்லிச்

சமாளித்துக் கொள்ள, என் கெட்டிக்காரத்தனம் எனக்கு உதவியிருக்க வேண்டாமோ!

உண்மையில் நான் கெட்டிக்காரன் அல்லாமலும் இருக்கக் கூடுமோ என்கிற நினைப்பே வரவில்லை எனக்கு. நான் கெட்டிக்காரன்தான் என்கிற நினைப்பு எனக்கும் உண்டு.

ஆனாலும் அதே சமயம் ஹேமா என்னைக் கெட்டிக்காரன் என்று எண்ணி ஏமாந்தால் அதுவும் நல்லதுதானே என்று எண்ணினேன் நான். மனிதர்களுக்கு ஏமாற்றத்தைப் போன்ற அருமையான படிப்பினை வேறு எதுவுமே கிடையாது என்பதுதான் என் அனுபவம்.

கெட்டிக்காரன் என்று நம்பவைத்து ஏமாற்றுவதே ஒரு தினுசான கெட்டிக்காரத்தனம்தானே?

தவிரவும் ஹேமா என்கிற பி.ஏ. படிக்கிற, அவ்வளவாக நன்றாகப் படிக்காத அழகிய மாணவியின் நற்சாட்சிப் பத்திரத்தை நான் விரும்பினேனா? நாடினேனா?

ஹேமாவின் தாயாரே என்னை அசடு என்று எண்ணி நகைத்தாலும், அலட்சியம் செய்தாலும் நான் பொருட்படுத்தியிருக்க மாட்டேன். அது உண்மையே! அசடனாகவும் இருக்க எனக்கு உரிமையுண்டு. யாரும் அந்த உரிமையைத் தட்டிப் பறித்துக்கொண்டு போயிருக்க முடியாது.

கெட்டிக்காரன், அசடு என்கிற பட்டங்கள் ஒருபுறம் இருக்கட்டும். நான் ஏன் இந்த அசட்டு உலகத்திலே அதெல்லாம் பற்றிக் கவலைப்பட வேண்டும்? காசு கொடுத்து வாங்கிய அந்தக் காதல் அனுபவத்தைக் காதலைப் பற்றிக் கேட்டவளிடம் சொல்லலாமா வேண்டாமா? அதுதான் உடனடியான பிரச்சினை.

சொல்லியே விடலாம் என்றுதான் நான் எண்ணினேன்.

ஆனால், அன்று எதுவும் சொல்லவில்லை நான். கல்லூரி வகுப்பில் பேராசிரியர் கேள்வி கேட்கும் போது மௌனமாக நிற்கும் மாணவன் போல மௌனமாக, கேட்ட கேள்விக்குப் பதில் தராமலே இருந்துவிட்டேன்.

என் குழப்பத்தைச் சமாளித்துக்கொண்டு நான் பதில் எதுவும் சொல்லுமுன் ஹேமா வந்துவிட்டாள்.

“நல்லதுதான்!” என்று எனக்குள்ளாகவே சொல்லிக் கொண்டேன்.

என் விலையுயர்ந்த அனுபவத்தை அதாவது நாலரை ரூபாய் வெள்ளிப் பணம் தந்து வாங்கிய அனுபவத்தைச் சொல்லி விடலாம். சொல்லியே தீரவேண்டும் இல்லாவிட்டால் சூர்ப்பனகையின் வாய்மூடாது என்று ஒரு ஞாபகம் என் மனசில் ஒரு பக்கம் இருக்க, ஹேமா அந்தச் சமயத்துக்கு வந்ததும் நல்லதுதான், அசட்டுப் பட்டத்திலிருந்து இன்றைக்கு விடுதலை கிடைத்தது என்றும், வார்த்தைகளில் அளக்க முடியாத அனுபவத்தை வார்த்தைகளாகக் கொட்டியளக்க முயன்று தோல்வியுறாமல் தப்பித்தோம் என்றும் ஒருநினைவு மறுபக்கத்தில் தோன்றியது.

ஹேமா கல்லூரியில் என் வகுப்பில் படிப்பவள். என் சக மாணவ மாணவிகளும், பேராசிரியர்களும், படிப்பைப் பற்றிய வரையில் நான் கெட்டிக்காரன் என்றே எண்ணி ஏற்றுக்கொண்டிருந்தனர். அந்த நினைவும் ஹேமா காரணமாக எனக்கு மகிழ்ச்சியூட்டுவதாகவே இருந்தது.

ஆனால், இந்த ஹேமா யார்? இவள் மதிப்புத்தான் எனக்குத் தேவையா? என்று என்னையே நான் கேட்டுக்கொண்டேன்.

ஹேமா அந்தச் சமயம் பார்த்து வந்ததுதான் எனக்குத் தேவையா?

அதுவுமில்லை என்றும் தோன்றிற்று.

அவள் வருகையைக் கவனிக்காதவன் போலவே இருந்து விடத்தான் முயன்றேன். ஆனால், அவசரமான எந்த நிலைமைக்கேற்றபடியும்தான் என்னால் சமாளித்துக்கொள்ள முடியாதே? ஹேமா கூடத்துக்குள் வந்ததும் நான் தலையைத் திருப்பி, உட்கார்ந்தபடியே நிமிர்ந்து பார்த்துவிட்டேன். ஊஞ்சல் சற்று வேகமாகவே ஆடியது. சூர்ப்பனகையின் நிழல் விஸ்வரூபம் எடுத்தது. எனக்குள்ளே நான், “ஹே! லட்சுமணா!” என்று அலறினேன்.

சூர்ப்பனகை பேசினாள்: “உன் நண்பர் உனக்காக வந்து அரைமணி நேரமாகக் காத்துக்கொண்டிருக்கிறாரே ஹேமா? எங்கே போனாய்?” என்று தன் பெண்ணைக் கேட்டாள் தாய்.

“அடுத்தத் தெருவிலே பங்கஜத்தைப் பார்க்கப் போனேன். நாழியாகி விட்டது!” என்று மன்னிப்புக் கேட்கும் குரலில் சொன்னாள் ஹேமா.

அப்படி அவள் மன்னிப்புக் கேட்கும் குரலில் பேசியது எனக்குப் பிடிக்கவில்லை. நேரமானால் என்ன குடி முழுகி விட்டது என்று கேட்கக்கூடாதோ? தவிரவும் நான் அவளுக்காகவா வந்திருந்தேன்? அவளுக்காகவா காத்திருந்தேன்? இரண்டுமே இல்லையே!

தவறு செய்தவள் போலப் பேசுவானேன் அவள்? தவறு செய்தது என்னவோ நான்தான். இன்று இவ்வளவு காலை நேரத்தில் அவர்கள் வீட்டில் எனக்கென்ன வேலை? ஏதோ வேலையிருந்த மாதிரி வந்து உட்கார்ந்துகொண்டு அசைய மறுத்தது என் பிசகா? அவள் பிசகா?

இதை எடுத்துச் சொல்ல எனக்குச் சந்தர்ப்பமே அளிக்க வில்லை ஹேமாவும் அவள் தாயாரும்.

"இதோ ஒரு நிமிஷத்தில் வந்துவிடுகிறேன்" என்று நேரே உள்ளே போக முயன்ற தன் பெண்ணைத் தடுத்து, வார்த்தை பேசி நிறுத்தினாள் ஹேமாவின் தாயார்.

"உன் நண்பரை நான் ஒரு எளிய கேள்வி கேட்டேன். அதற்குப் பதில் சொல்லத் திணறிக்கொண்டிருக்கிறார் அவர்?" என்றாள் சூர்ப்பனகை.

"எனக்குப் பதில் சொல்லத் தெரியவில்லை தான். ஒப்புக் கொள்ளுகிறேன்" என்றேன் நான், கெட்டிக்காரத்தனமாக.

அடேயப்பா! இந்த மட்டுமாவது வாயை விட்டு வார்த்தைகள் வந்தனவே! அந்த மட்டும் திருப்திதான் எனக்கு.

ஹேமா தன் தாயாரைப் பார்த்துக் கன்னங்களில் குழிவிழ ஒரு லேசான குறும்புச் சிரிப்புடன், "நீ என்ன கேள்வி கேட்டிருப்பாய் என்று எனக்குத் தெரியுமே!" என்று பதில் அளித்தாள்.

என்னைப் பார்த்து கண்களால் ஒரு வெட்டு வெட்டிவிட்டு, பின்புற அறைத் திரைச்சீலைக்குப் பின் அவள் மறைந்து விட்டாள்.

இத்தனை நேரமும் கிறீச்சிடாத ஊஞ்சல் ஆட்டத்தில் இப்போது கிறீச்சிடத் தொடங்கியது. அல்லது இத்தனை நேரம் நான்தான் அந்தக் கிறீச்சுகளைக் கவனிக்கவில்லையோ?

ஹேமாவிற்குத் தெரியுமாம், அவள் தாயார் - அந்தச் சூர்ப்பனகை - என்னை என்ன கேள்வி கேட்டிருப்பாள் என்று!

இதற்கு என்ன அர்த்தம்?

நான் மீண்டும் சிந்தனையில் ஆழ்ந்துவிடும் காரியம் இருக்கிறதே அதுதான் என் அசாதாரணத்துவத்தின் முதல் சின்னம் என்று எனக்கும் தெரிகிறது. ஆனாலும் எத்தனைதான் முயன்றாலும், சிந்தனையில் ஆழாமல் என்னால் இருக்க முடிவதில்லை. தவிர்க்க முடியாத சிந்தனைகள் என்னுள் குமிழியிட்டு எழும்போது, நான் ஆழ்ந்து விடாமல் என்ன செய்வது?

நேரடியான எளிமையான ஒரு காரியத்தைச் செய்வதில் ஈடுபட்டிருக்கும்போதும் கூட என் சிந்தனைகள் சில சமயம் என்னைக் குறுக்குப் பாதைகளில் இறக்கி, பேயாட்டம் ஆடவைத்து, பயனற்ற, சில சமயம் அர்த்தமுமற்ற, காரணமற்ற அர்த்த அனர்த்தங்களை எனக்கு உண்டாக்கித் தந்துவிடுகிறது. வார்த்தைப் பின்னலிலும், சிந்தனைக் கயிறுகளிலும் சிக்கி நான் மூச்சுத் திணறுவேன். முறையற்றதொரு பின்னல் கோலாட்டம் இது.

கண் எதிரில் உள்ளது பொய், உண்மை வேறு எதுவோ ஒன்று இருக்கிறது என்று நான் எண்ணுவதற்குப் பரிகாரம் எங்கு போய்த் தேடிச் செய்துகொள்ள முடியும்? ஏதோ ஒரு கண்மூடி என் கண்ணைத் திறக்கிறது அல்லது மறைக்கிறது.

ஜலம் கெட்டியாகவும், தரை என்று சாதாரணர்கள் சொல்வது திரவமாகவும், மனிதர்கள் வான சஞ்சாரிகளாகவும் மாறிவிடுகின்றனர்.

என் சிந்தனைத் தீவிரத்தை மட்டும் என்னால் என் இஷ்டப்படி தடுத்து நிறுத்திவிட முடியுமானால் நானும் சாதாரண மனிதனாக, மற்றவர்களைப்போல் ஆகிவிடுவேன். அதுதான் நடப்பதில்லை.

ஹேமாவுக்குத் தன் தாயார் என்னை என்ன கேள்வி கேட்டிருப்பாள் என்பது தெரியுமாம்!

இதற்கு என்ன அர்த்தம்!

இருவருமே சேர்ந்து பாடம் பண்ணிய கேள்விதானோ அது?

ராமாயணத்தில் வருகிற சூர்ப்பனகைக்கு ஒரு மகள் இருந்ததாக எங்காவது சொல்லியிருக்கிறதோ? வால்மீகியோ, ஜைனரோ, கம்பனோ, கிருத்திவாஸரோ எங்காவது சூர்ப்பனகையின் மகள் பற்றித் தகவல் ஏதாவது தெரிவித்திருந்தார்களானால் எனக்கு இச்சந்தர்ப்பத்தில் மிகவும் உபயோகமானதாக இருக்குமே! தகவல் எதுவும் தெரியவில்லையே!

தனக்குத் தெரியும் என்றாள் ஹேமா! அதற்கு என்ன அர்த்த ம்?

அவளே தன் தாயார் மூலம் என்னைக் கேட்ட கேள்வி தானோ அது?

என் பதிலை அறிந்து கொண்டால், அதன் மூலம் என் வாழ்க்கைச் சித்தாந்தம் தனக்குத் தெரியவரும் என்று எண்ணினாளோ அவள்?

நேரடியாகவோ, மறைமுகமாகவோ என் வாழ்க்கைச் சித்தாந்தத்தை அறிந்து கொள்ள வேண்டும் என்கிற உரிமை, வேட்கை, எப்படி வந்து

அவளை அடைந்தது? அந்த உரிமை, வேட்கை பிறந்ததைத்தான் காதல் என்று சொல்ல வேண்டுமா?

திடீரென்று என் மனசில் ஒரு உணக்கை ஏற்பட்டது. கையைத் தீக்குள் விட்டதுபோல இருந்தது. மனத்தைத் தீக்குள் விட்டு விட்டதுபோல இருந்தது. கைகளையும், கால்களையும், மூளைக் கணுக்களையும், மயிர்க்கால்களையும் உதறிக்கொண்டு துள்ளி எழுந்து ஓடிவிட வேண்டும் போல இருந்தது.

உலகமே ஒரு சிறைதான் என்பது பல அறிஞர்கள், காலப்போக்கில் பல சந்தர்ப்பங்களில் கண்டு சொன்ன முடிவு. உலகம் என்கிற சிறையின் சுவர்கள் சில சமயம் மனிதர்களை அவ்வளவாகப் பாதிக்காமல் ஏதோ ஒரு காரணத்தினால் தூர விலகி நின்று, மனிதனுடைய சுதந்திரத்தை ஓரளவு அது மதிப்பது போல இருக்கிறது. ஆனால், என்னைப்போல அசாதாரணமானவனுக்கு, என்னைப் போலச் சிந்திக்கத் தெரிந்தவனுக்கு சிறைச் சுவர்கள் அடிக்கடி மிகவும் நெருக்க மாகவே வந்துவிடுகின்றன. அந்தண்டை இந்தண்டை அசைய முடியாதபடி ஐந்தடி ஐந்தங்குல உயர ஒரு அடிக்குள்பட்ட கனபரிமாணமுள்ள என் உடலை நெருக்கிப் பிடித்துவிடுகின்றன. என் உள்ளம் என்பதுவோ இந்தக் கனபரிமாணமும் அற்றது. ஆன்மாவோ இருக்கிற இடமே தெரியாது. எனக்கு உள்ளமோ ஆன்மாவோ இல்லை என்று கூடச் சில சமயம் சொல்லத் தோன்றி விடுவதுமுண்டு.

திடீரென்று சிறைச்சுவர்கள் நெருங்கி அமுக்குகிற மாதிரி உணர்ச்சி ஏற்பட்டது எனக்கு.

ஒரு கணம் தாண்டினால் தப்பமுடியாது போல இருக்கிறதே என்று தோன்றிற்று.

அக்கணமே தப்பி ஓடி, சுவர்கள் நெருக்கி அமுக்கிவிடுமுன் நகர்ந்துவிட வேண்டும் என்று தோன்றிற்று எனக்கு.

இந்த உணர்ச்சி வேகத்தில், அந்த ஒரு கணத்தில் தப்பி ஓடிவிடுகிற உத்தேசத்துடன், துடித்துக்கொண்டிருந்த என் பொட்டிலே கைவைத்துக்கொண்டு அழுத்திக்கொண்டு எழுந்தேன்.

நின்றபடியே, இரு கைகளும் நாற்காலியின் பிடிகள் மேல் அழுந்த ஒரு வினாடி தயங்கினேன். ஊஞ்சல் ஆடுவது நின்றுவிட்டது என்று உணர்ந்தேன்.

நிமிர்ந்து நேராக ஹேமாவின் தாயாரை நோக்க எனக்குத் தைரியம் இல்லை.

ஊஞ்சல் சங்கிலிக் கொத்து உத்தரத்தில் உராய்ந்து கிறீச்சிடவில்லை.

சூர்ப்பனகை நிழல், பயங்கரமாக, எங்கும் வியாபித்து நிச்சலனமாக நான் என்ன செய்யப்போகிறேன் என்று பார்த்துக் கொண்டு வீற்றிருந்தது.

நிழலுருவம் எனக்கு அழகு காட்டியது!

ருக்குவும் அடிக்கடி எனக்கு அழகு காட்டுவாள்! அந்த அழகு இல்லை இந்த அழகு காட்டலில்!

ஒரே வினாடியில் கூடம், முன்னறை, வெளி வராந்தா, வாசல் தோட்டம், கேட் எல்லாவற்றையும் கடந்து வெளியேறி விட்டேன் நான்.

06

கால் தடுக்கிக் கீழே விழுந்துவிடப் போகிறேனே என்று பயம்தான் எனக்கு. அவசரப்படுவதிலே பிரியமே இல்லாதவன் நான். ஆனால், உயிருக்குப் பயந்து ஓட முயலும் போது அவசரப்படாதிருந்துவிட முடியுமா?

நல்லவேளையாக நான் எங்கும் விழுந்துவிடவில்லை. வேகம் கெடாமலே வெளியேறினேன். வெளியே ஏதோ அவசர காரியம் இருப்பது போலவும், அதுவரை அதை மறந்துவிட்டது போலவும், ஓட்டமும் நடையுமாக வேங்கடநாராயணா ரோட்டோடு நடந்தேன். மவுண்ட்ரோடு பைக்ராப்ட்ஸ் ரோடு, வேங்கடரங்கம்பிள்ளைத் தெரு என்று திரும்பலாம். வந்த வழியே நீள் வழிதான் வெயிலும் சுள் என்று உறைத்தது.

ஹேமா என்ன நினைப்பாள்?

என்ன வேண்டுமானாலும் நினைக்கட்டுமே, எனக்கென்ன, என்று ஒரு நிமிஷம் தோன்றிற்று.

ஆனால், அடுத்த வினாடியே அவள் அப்படி ஒன்றும் தவறுதலாக நினைத்துவிடமாட்டாள் என்றும் தோன்றிற்று.

என்னதான் நினைத்துக்கொண்டாலும் நினைத்துக் கொள்ளட்டுமே.

அவளால் எனக்காக வேண்டியதுதான் என்ன?

அவள் எது நினைத்தால் எனக்கென்ன நஷ்டம் எனக்கென்ன லாபம்?

என்னை என் சக மாணவர்கள் குறிப்பிட்டுச் சொல்கிற பெயர் அவளுக்குத் தெரிந்திருக்குமே. "ஸெமி"தானே நான்! இப்படியும் செய்வேன் என்று அவள், கெட்டிக்காரியானால் எதிர்பார்த்திருக்கக்கூடுமே!

அவளும் பல தடவை தன் தோழிகளிடம் என்னை 'ஸெமி' என்றே குறிப்பிட்டிருக்கக்கூடும்தான் என்று மவுண்ட்ரோடு திரும்பிக்கொண்டே சிந்தித்தேன்.

நான் அவளைத் தேடிப் போனேன் என்பதற்காக, என் மனசில் ஏதேதோ எனக்கே புரியாது பல இருந்தன என்பதற்காக, அவள் என்னை 'ஸெமி' என்று சொல்லியிருக்கவும் கூடாது ஏதாவது ஒரு கட்டாயம் உண்டா?

அது எப்படியானாலும் அன்று நான் செய்துவிட்டது மிகவும் பைத்தியக்காரத்தனமான செயல் என்றுதான் எனக்குப் பட்டது. என் அளவை மீறிய, என் ஸெமித்தனத்தையெல்லாம் மீறிய, பைத்தியக்காரத்தனமான செயல்தான் அது, சந்தேகமேயில்லை.

மவுண்ட்ரோடும் வேங்கடநாராயணா ரோடும் சந்திக்கிற இடத்திலே ஒரு வினாடி நின்று யோசித்தேன். திரும்பி அவர்கள் வீட்டுக்கே போய், சாதாரணமாக ஒரு அரை மணி நேரம் பேசிக் கொண்டிருந்துவிட்டுத் திரும்பி வரலாமா என்று. திரும்பிப் போய்விடலாம். ஆனால், சாதாரணமாகப் பேசிக்கொண்டிருப்பதென்பது முடியாது. ஓடியதும் அசாதாரணம், திரும்பியதும் அசாதாரணம் என்று சாதாரணமானவர்களுக்குப் படும். ஏன் இதையெல்லாம் தலையிலே நானாகத் தூக்கிப் போட்டுக் கொள்ள வேண்டும்? நாளையே மீண்டும் போனால் போச்சு. இன்று உடனே போனால் என்ன? இருபத்திநாலு அல்ல முப்பத்தியாறு மணிநேரம் கழித்துப் போனால் தான் என்ன?

பைத்தியக்காரத்தனமாக செயல்கள் பல செய்து பழகிய எனக்கும் கூட, திரும்பிப்போய், அந்த ஊஞ்சல் சூர்ப்பனகை முன் மீண்டும் நிற்பது, உடனே போய் நிற்பது, முழுப் பைத்தியக்காரத்தனமான செய்கை, வேண்டாம் என்றே தோன்றிற்று.

ஹேமாவின் மாமா என்னைப்பற்றி என்ன நினைப்பாரோ? இரு, தோட்டத்து வேலையை முடித்துக்கொண்டு உன்னோடு திருவல்லிக்கேணி வரேன்' என்று போனார் அவர். அத்தனை நேரமும் வராதது அவர் மேலே பிசகுதானே? எத்தனை நேரம்தான் ஒரு மனிதன் காத்திருப்பான்? அவர் ஹேமாவின் மாமாவாக இருப்பதனாலே அவருக்குப் பிரபஞ்சத்திலே எல்லாச் சலுகைகளுமே கிடைத்துவிடுமா?

என்ன வேண்டுமானாலும் அவர் நினைத்துக் கொள்ளட்டும்!

"அந்த நாளில் அவன் அப்பனும் அப்படித்தான்" என்று தன் அருமை அக்காளுக்கும், மருமகளுக்கும் எடுத்துச் சொல்லி, என் பாரம்பரியப் பெருமையை நிலைநாட்டிக் கொண்டிருப் பாரோ? பாட்டியும் சொல்லுவாள், "என் அப்பா அப்படித்தான்" என்று.

என் அப்பா மாதிரியிருக்க நான் விரும்பவில்லையே, என்ன செய்ய ! எப்படித் தப்புவது?

அவர் என் அப்பா சர்வ சாதாரணமாக மனிதர் என்று தான் எனக்குத் தோன்றுகிறது. நாலு காலணா ஓரணாதான் என்றும், பதினாறு அணா ஒரே ஒரு ரூபாய்தான் என்றும், காலந்தள்ளிக்கொண்டிருப்பவர் அவர். அவரைப் போலவா இருந்தேன் நான்?

அட கடவுளே ! அவரைப்போல இல்லாமலிருக்க ஒரு வழிதான் சொல்லேன் நீ ! உன்னைச் சர்வ சக்திகளும் வாய்ந்தவர் என்கிறார்களே, ஒரு வழி சொல்லு... ஒரு வழி...

மவுண்ட்ரோட்டுத் தார்ப்பாதை, பளிச்சென்ற உச்சிக் காலம் நெருங்கும் வெயிலிலே பளபளத்தது. எட்டாத் தொலைவிலே ஒளிக் குளங்கள் தோன்றின. கிட்ட நெருங்கினால் உருகிக்கொண்டிருக்கும் தார்ப்பரப்பாகக் காட்சியளித்தன.

நடுரோட்டுத் தார் காலில் ஒட்டியது. நடைபாதை அதிகமாகச் சுட்டது.

பொய்யான ஒளிக்குளங்களின் தன்மைகளை எண்ணிப் பார்த்துக்கொண்டே நடந்தேன். வாழ்வே மாயம் என்றார்கள் தத்துவஞானிகளில் ஒரு சிலர். மாயம் என்பது ஏன் மாயம் என்று கவிதை எழுதினார் பாரதி.

நடுத்தெருவிலே, நண்பகலிலே, முழுச் சூரிய வெளிச்சத்திலே, நெடுக நீண்டு கிடக்கும் தார் ரோட்டிலே மாயமாகத் தோன்றியவை அந்த ஒளிக்குளங்கள். நீரின் தன்மை பார்க்கும் அளவில் தென்பட்டது உண்மைதான். ஆனால், நீர் இல்லை அங்கு. நீர்போல ஒரு தோற்றம்தான் இருந்தது. தோற்றத்துக்கும் உண்மைக்கும் என்ன வித்தியாசம்?

தோற்றமும் உண்மையும் சொல்லப் போனால் ஒன்றே தானா?

ஹேமாவின் தாய் என் கண் முன் சில சமயம் சூர்ப்பனகையாகத் தோற்றமளித்தாள்.

அவள் உண்மையிலேயே சூர்ப்பனகைதானா?

உண்மைதான் தோற்றங்களும் என்றே சொல்ல வேண்டும் என்று தோன்றுகிறது எனக்கு.

ஹேமா நல்ல பெண்ணாக, விரும்பத்தக்கவளாகத்தான் தோற்றமளித்தாள். அதனால் தானே என் மனம் அவளை விரும்பியது? அந்தத் தோற்றம் மட்டும் வெறும் தோற்றமாகவே, பொய்யாகவே, கானல் நீராகவே இருக்கலாம் என்று தோன்றுகிறதே அது ஏன்?

நல்லதிலே நம்பிக்கை வைத்து முன்னேற மனிதனுக்குத் தெம்பு கிடையாதா?

மனிதனின் அசுரத்தனம்தான் எங்கு பார்த்தாலும் முன் வந்து நிற்கிறது. ஆதார மனித குணம் இந்த அசுரத்தனம்தானா?

ராவணன் என்கிற அசுரன் இல்லாவிட்டால் ராமன் ஏது? ராமன் என்கிற அவசியம் ஏது?

சீதையின் உண்மை நிரூபிக்கப்படாதது. ஆனால், சூர்ப்பனகையின் தத்துவத்திலே நமக்கெல்லாம் சுலபமாகவே நம்பிக்கை விழுந்துவிடுகிறது. சூர்ப்பனகையும், தாடகையும், அசோகவனத்து அரக்கிகளும் சீதையைவிட உண்மை, உண்மை என்றுதான் நாம் நம்பத் தயாராக இருக்கிறோம். மாரீச வஞ்சனையும், கவந்தப் பசியும், அசுர கணங்களும், லட்சிய புருஷனாகிய ராமனையும், லட்சுமணனையும் விட அதிக உண்மை உள்ளவர்களாகத்தான் கவியின் வாக்கிலே அழுத்தம் பெற்று விடுகிறார்கள்.

வாக்கின் குற்றமா இது?

வார்த்தைகளின் செயலே, மனிதனின் அசுரத்தனத்தைக் குத்தி எழுப்புவதுதானா?

மனித குலம் என்று தோன்றியதோ அன்றே அசுரகணமும் தோன்றிவிட்டது, மனிதகுலம் அழியும் போதே அது அழியும்!

நான் இனி அந்த வீட்டுப் பக்கம் போவதில்லை. வீணான தொல்லைகளுக்கெல்லாம் அசாதாரணமான அசட்டுத்தனங்களுக்கெல்லாம் ஆளாவதில்லை என்று எனக்குள் நானே பிரதிக்ஞை செய்துகொண்டேன்.

ஹேமாவையும், ஹேமாவின் தாயார் என்கிற சூர்ப்பனகையையும் அறியாத என் உலகம், இன்று வரை, அதாவது நாலைந்து நாள் முந்தியவரை இருந்தது போலவே இனியும் இருந்துவிட்டுப்போகட்டுமே என்று எண்ணினேன். ஆனால், அதே நிமிஷம் அது சாத்தியம் அல்ல என்கிற நினைப்பும் தோன்றியது.

அறிவு என்பது ஏற்படும் போது, அது எப்படிப்பட்ட புல்லறிவானாலும் சரிதான், மனிதனின் சுபாவம் மாறுகிறது.

சிதறிவிட்ட ரஸகுண்டு, கொட்டி விட்ட பால், இழந்து விட்ட கற்பு இவற்றுடன், மாற்றில்லாத விஷயமாக ஏற்பட்டுவிட்ட அறிவையும் ஏற்றுக்கொண்டுதான் ஆகவேண்டும். அறிந்த பின், அறியாத பருவத்தில் போல வாழ்வது சாத்தியமேயல்ல!

அதனால் தான் அறிவைக் கண்டே மனிதகுலம் சரித்திரவழி நெடுக மிரண்டு வந்திருக்கிறது என்று சொல்ல வேண்டும் போல

இருக்கிறது. அறியாமை இன்பம் அறிவு துன்பத்துக்கு அடிகோலுகிறது. அறிவைத் துன்பப்படத் தயாராக இருப்பவர்கள் சிலர் கையில் ஒப்படைத்துவிட்டுத் தாங்கள் பெரும் பகுதியும் அறியாதவர்களாகவே இருந்துவிட மனிதர்கள் முயன்று வந்திருப்பதன் ரகசியம் இதுதானோ?

நான் ஹேமாவின் வீட்டுக்குத் திரும்புவதில்லை இனி என்று அறியாமையிலே சங்கல்பம் செய்து கொண்டேன், பிரதிக்ஞை செய்தேன். எரித்துக்கொண்டிருந்த சூரியனும், தார் ரோட்டுக் கானல் நீர்க்குளமும், இல்லாத சந்திரனும் சாட்சியாக நான் பிரதிக்ஞை எடுத்துக்கொண்டேன் போவதில்லை என்று. ஆனால், என் அறியாமையில் எழுந்த பிரதிக்ஞை அது. அதே வினாடி என் அறிவு எனக்கு அழுத்தம் திருத்தமாக அறிவுறுத்துகிறது; என்னால் அந்த வீட்டுப் பக்கம் போகாமல் இருக்கவே முடியாது.

நாளையே, அன்று மாலையே கூடப் போய் நின்றாலும் நிற்பேன்.

ஹேமா என்கிற காந்தமும் கவர்ச்சியும், ஹேமாவின் தாய் என்கிற அருவருப்பும் கவர்ச்சியின்மையும் ஒருங்கேதான் என் மனத்தை விடாது ஈர்க்கும் என்பது எனக்கும் தெரியும்.

பிரதிக்ஞை தப்பாதிருக்க நான் விசுவாமித்திரனா? அரிச்சந்திரனா?

அவர்கள் தார் ரோட்டுக் கானல் நீர் புராண மாயைகள். நான், இதோ தலை சுட, கால் சுட விறுவிறு என்று வீடு நோக்கி நடந்து கொண்டிருந்த நான்தான் உண்மை.

நான் செய்துகொண்ட பிரதிக்ஞை மாயம். அதன் மறுப்பும் உடைப்பும் வல்லமையுள்ள உண்மைகள்.

மனச் சஞ்சலம் இனிமையானது. உடல் சஞ்சலமும் இனிமையானது தான். எனவேதான் பலரும் இரண்டு சஞ்சலங்களையும் போற்றி வளர்த்து வந்திருக்கிறார்கள். இரண்டு சஞ்சலங்களிலுமே என்னால் அளவற்ற, அசாதாரணமான இன்பம் காணமுடிந்தது என்பதும் உண்மை. வெயிலிலே நடப்பது போல் அதுவும் ஒரு இனிமைதான்.

பிரதிக்ஞை செய்வதிலே அந்த நிமிஷத்திற்கு ஒரு திருப்தி இருக்கிறது.

அந்தப் பிரதிக்ஞையை மீறுவதிலே ஒரு நிரந்தரமான திருப்தி இருப்பதுபோலத்தான் தோன்றுகிறது.

இப்படி ஏற்படக்கூடிய திருப்தியை அனுபவிப்பது காரணமாகத்தான் பலரும் சத்தியம் தவறுகிறார்கள் என்று சொல்லலாமா?

நான் பிரதிக்ஞை தவறினால், சுயப் பிரக்ஞையுடன், பிரதிக்ஞை தவறுகிற இன்பத்தைப் பூரணமாக அனுபவிக்கிற உத்தேசத்துடன்தான்

மீறுவேன். உலகிலே இன்பங்கள் என்று சொல்லக்கூடியவையோ குறைவு. கிடைக்கிற இன்பத்தை அனுபவிக்காமல் விடுவானேன்?

மனச் சஞ்சலத்தில் இன்பத்தையும், பிரதிக்ஞை மீறுவதில் திருப்தியையும் காண, கண்டு அனுபவிக்கத் தயாராக இருந்த நான் அசாதாரணமான சுபாவம் படைத்தவன்தான்.

'போவதில்லை இனி ஹேமா வீட்டுக்கு' என்று சபதம் செய்து கொண்டே அதே வினாடியே திரும்பி அவள் வீட்டுக்குப் போக வேண்டும் என்றும் தோன்றியது எனக்கு. நான் பிரதிக்ஞை தவறியதால் உலகமே அஸ்தமித்துவிடுமோ என்ன? அப்படி அஸ்தமித்துவிடுமானால் அதையும் ஓர் அனுபவமாகக் கண்டறிந்து கொள்ள வேண்டும் என்றே எனக்குத் தோன்றிற்று.

நான் உடனே திரும்பிவிடவில்லை. வீடு நோக்கித்தான் விடுவிடென்று வேகமாக நடந்தேன், ஏதோ காரியம் இருக்கிறது போல. என்னைப் பற்றிய வரையில் கிழக்கே போனாலும் ஒன்றுதான் திரும்பி மேற்கே போனாலும் ஒன்றுதான்.

உலகத்து மனிதர்கள் ஏதேதோ செய்கிறார்கள். செய்துவிட்டு அதன் பலாபலன்களைப் பற்றிப் பெரிதாக எண்ணமிட்டுக் கொண்டிருக்கிறார்கள். அந்தச் செயல்களோ, அவற்றின் பலா பலன்களோ யாருக்கும் எவ்வித முக்கியத்துவமும் வாய்ந்தவை அல்ல என்பதை அவர்கள் யாரும் நினைத்துப் பார்ப்பதில்லை.

உலகம் என் ஒருவனுக்காக மட்டும் இல்லை என்கிற நினைப்பு எவனுக்கு எப்போது ஏற்படுகிறது?

சாதாரணமாக ஏற்படுவதேயில்லை. அதையேதான் மனிதகுலத்தின் சோக அஸ்திவாரம் என்று சொல்ல வேண்டும் என்று எனக்குத் தோன்றுகிறது.

நான் முக்கியமானவன், என்னை அழிக்கவே இவ்வுலகம் பூராவும் கங்கணம் கட்டிக்கொண்டு ஒவ்வொரு வினாடியும் பாடுபடுகிறது என்கிற நினைப்பை நான் களைந்தெறிந்துவிட முடிவதேயில்லை. நான் அப்படி ஒன்றும் முக்கியஸ்தனல்ல என்று எனக்கு நானே சொல்லிக்கொண்டாலும் சுலபத்தில் நம்பிக்கை வரமாட்டேன் என்கிறது.

நவக்கிரஹங்கள் கூடத் தன்னைப் பற்றித்தான் ஏதோ கவலையுற்று என்னவோ சொல்லுகின்றன என்று எண்ணித்தான் மனிதன் தன் ஜாதகத்தைக் கணித்து வைத்துக் கொள்ளுகிறான். பாவம்! ஏமாளி!

07

பன்னிரண்டரை மணிக்கு நான் வீடு போய்ச் சேர்ந்த போது என் அப்பா என் ஜாதகத்தைத் தேடிக்கொண்டிருந்தார். "ஏண்டா ராமா! என் மேஜை டிராயரில் உன் ஜாதக நகல் ஒன்று வைத்திருந்தேனே, பார்த்தாயா?" என்று கேட்டார்.

நான் காதில் விழாத மாதிரி இருந்துவிட்டேன்.

ஆனால், அடக்கடவுளே!' என்று நினைக்காமல் இருக்க முடியவில்லை.

சாப்பாடெல்லாம் முடிந்த பிறகு நான் ஈஸிசேரில் சாய்ந்து கொண்டு ஏதோ சிந்தனையிலும் பகற்கனவிலும் முழுகிக் கொண்டிருந்தபோது ருக்கு வந்து, "அண்ணா! ஒரு ஆட்டம் கேரம் ஆடலாமா?" என்றாள்.

"உன் மக்கு ஐக்குவோட ஆடேன்!" என்றேன்.

"சமத்து அண்ணாவோடுதான் ஆடறனே!" என்று மடக்கினாள் ருக்கு.

இதற்கும் அதற்கடுத்தாப்போல அவள் கே[illegible] கேள்விக்கும் என்ன சம்பந்தம், எப்படி அந்த சம்பந்தம் ஏற்பட்டது என்றுதான் எனக்கு விளங்கவேயில்லை. கேரம் காய்களை வரிசைப்படுத்தி வைத்துக்கொண்டே ருக்கு, "ஏன் அண்ணா, அவாத்திலே ஒரு அழகான பெண் இருக்காளாமே?" என்றாள்.

எனக்குத் தூக்கிவாரிப் போட்டது. "யார் ஆத்திலே?' என்று கேட்டுச் சமாளித்துக்கொண்டேன்.

“காலையிலே கூட அவாத்துக்குத்தானே நீ போயிருந்தயாம்” என்று கேட்டுக்கொண்டு முதல் வெள்ளைக் காயை டக்கென்று ஒரு அடியிலே பாக்கட் பண்ணிவிட்டாள் ருக்கு.

“எவாத்துக்கு?” என்று உதட்டை மடித்துப் பல்லால் கடித்துக்கொண்டு கேட்டேன் நான்.

“அந்த விசுவநாத மாமா ஆத்துக்குத்தான். ஹேமான்னு ஒரு பெண். உன்னோடு படிக்கிறாளாம்.” என்று சொல்லிக் கொண்டே டக்டக்கென்று இரண்டு மூன்று வெள்ளைக் காய்களைப் பாக்கெட்டில் தள்ளிவிட்டாள் அவள்.

எனக்குப் பிரமாதமாகக் கோபம் வந்தது. “உன்னோடு நான் ஆடவில்லை போ!” என்று சொல்லிவிட்டு எழுந்து மீண்டும் ஈஸிசேரில் சாய்ந்துவிட்டேன்.

ருக்கு விஷயம் புரியாமல் என் முகத்தை நிமிர்ந்து பார்த்தாள். பேசாமல் காய்களை எடுத்து டப்பாவில் போட்டு விட்டு, கேரம் போர்டையும் எடுத்துச் சுவரில் சாய்த்து வைத்தாள். பிறகு என்னிடம் சொல்லாமல் வேறு யாரிடமோ சொல்லுகிற மாதிரி, “பிறத்தியாரை மக்கு, மக்கு என்று சொல்லுகிறவர்கள் எல்லோரும்தான் உண்மையிலேயே பெரிய மக்காக இருக்கிறார்கள். ஜக்கு மக்காமே!” என்றாள்.

“இங்கே வாடி” என்று கூப்பிட்டேன்.

“ஏன் அண்ணா?” என்று சாதுவாக ஈஸிசேரண்டை வந்து நின்றாள்.

அவள் வாயையும் கண்களையும் மூக்கையும் கண்ட எனக்குச் சிரிப்பு வந்தது. “ அந்த விசுவநாத மாமா வந்தாரா?” என்று விசாரித்தேன்.

“பதினொரு மணிக்கு நல்ல வேளையாம் வந்தார். அப்பாவிடம் ஒரு ஜாதகத்தைக் கொடுத்துவிட்டு உன் ஜாதகத்தைக் கேட்டார். அப்பா தேடினார், கிடைக்கவில்லை.”

“கொடுக்கவில்லையா?”

“வேறு எழுதித் தந்தார். இது எங்கே என்று தெரியாமல் உன்னைக் கூடத்தான் கேட்டாரே!”

“அதுசரி. வேறு என்ன பேசிக்கொண்டிருந்தா இரண்டு பேரும்?”

“அதெல்லாம் சொல்லணுமானால் நான் கேட்கிற ஒரு கேள்விக்கு நீ பதில் சொல்லணும்” என்று ஷரத்துப் போட்டாள் ருக்கு.

கெட்டிக்காரிதான் அவள், “என்ன, கேளு” என்றேன்.

"அந்தப் பொண்ணு, அதான் அந்த ஹேமா அழகாக இருக்காளா?" என்றாள் ருக்கு.

"அழகா? அப்படியென்றால் என்ன?" என்று கேட்டேன் நான்.

அழகு என்றால் என்ன என்று விளையாட்டாகக் கேட்கிறேன் என்றுதான் என் தங்கை ருக்கு எண்ணினாள். ஆனால், உண்மையிலேயே தெரியாமல் தான் கேட்டேன் நான்.

ஹேமா அழகியா?

எனக்குத் தெரியாது, தெரியவே தெரியாது.

ஹேமாவின் தாயார் அழகியா?

அதுவும் தெரியவில்லை எனக்கு. நிச்சயமாகச் சொல்ல முடியாது.

ருக்குவும் அழகிதான். ஆனால், ஹேமா ருக்குவைப் போல இல்லை.

அந்த அடுத்த வீட்டு மக்கு ஐக்குவும் அழகுதான். ஆனால், அவள் மாதிரியும் இல்லையே ஹேமா. அவளை எப்படி அழகி என்று சொல்லுவது?

மக்கு என்று அவளை நான் சொன்னதற்குக்கூட ருக்கு ஆட்சேபித்தாள்.

ஹேமாவின் தாயும் ஹேமாவும் அழகிகளாகவே இருக்கலாம். அவர்கள் அழகு என்று சொல்லும்படியாக விசேஷமாக ஒன்றும் என் கண்களில் படவில்லை. அவர்கள் செய்து கொண்டிருந்த அலங்காரங்கள் எல்லாம் வேண்டுமானால் என் கண்ணில் பட்டதாகச் சொல்லலாம்.

அலங்காரங்களை அழகு என்றும், கானல் நீரை உண்மை என்றும் ஏமாறுகிற உலகம்தான் இது.

மாற்றியும் சொல்லலாம்தான்.

அழகு அலங்காரம்.

உண்மை கானல் நீர்!

மக்கு மக்கு என்று பிறரைச் சொல்லிக் கொண்டிருப்பவர்கள் தான் மக்கு என்று ருக்கு அபிப்பிராயம் தெரிவித்தாள் சற்று முன்பு. அது உண்மையாகவே இருக்கலாமோ? நான்தான் உலகத்திலுள்ள அறிஞர்கள் மத்தியிலே ஒரு அறிவிலியோ? நான்தான் மக்கோ?

அசாதாரணமானவன், அசாதாரணமானவன் என்று என்னையே சொல்லிக்கொண்டேன் நான். உண்மையில் நான்தான் மிகவும் சாதாரணமானவனோ?

அப்படியும் இருக்கலாம்தானே?

சிந்திக்கத் தெரிந்தவன். சிந்திக்கத் தெரிந்தவன் என்று சொல்லிக்கொண்டே நான், அடிக்கடி சிந்திப்பதில் இன்பமும் துன்பமும் ஒருங்கே கண்ட நான், உண்மையில் சிந்திக்கத் தெரியாதவனாகவே இருக்கலாம். அதனால்தான் இப்படிக் குழப்பமான சிந்தனைகள் அடிக்கடி எனக்கு ஏற்படு கின்றனவோ? ஒன்றுக்கொன்று முரணான சிந்தனைகளை வினாடிக்குப் பின் வினாடி சிந்திப்பவனை சிந்திக்கத் தெரிந்தவன் என்று சொல்லலாமா?

என்னைப் பற்றிய வரையில் ரகசியங்கள் என்று நான் எண்ணியிருந்தவையெல்லாம் ருக்குவுக்கும் தெரிய வந்து விட்டனவே!

"அப்படிப்பட்ட அழகியா அவள்? அவளை நினைத்தாலே சொக்கிப் போய் உட்கார்ந்து விட்டாயே அண்ணா!" என்றாள் ருக்கு விடாமல்

"அவள் அழகியா அல்லவா என்று எனக்கு உண்மையிலேயே தெரியாது. நீயே பார்த்துச் சொல்லு" என்றேன்.

"பார்க்கலாமா? நான் பார்க்காமல் மட்டும் அவள் எனக்கு மன்னியாக வந்து விடுவாளா?" என்றாள் ருக்கு தீர்மானமாக.

புது உறவுகள் வேறு இருக்கின்றனவா இதிலே என்று எண்ணினேன் நான். ருக்குவுக்கு வருகிறவள் மன்னியாக வேண்டும்.

சூர்ப்பனகை உறவாக மாட்டாள். ஹேமா மன்னியாகி விடுவாள்.

அது எப்படி? ஏன்? "மன்னி வந்துவிட்டால் அதற்குப் பிறகு என்னைக் கேரம் போர்டு ஆடக் கூப்பிடமாட்டாய்?" என்றேன் நான், கேலியாக, குரலில் துக்கம் தொனிக்க.

"எனக்கு ஆடக் கேரம் போர்டு கிடைக்கிறதோ, இல்லையோ?" என்றாள் ருக்கு, விட்டுக்கொடுக்காமல்.

"உன்னையும் என்னையும் பற்றிய வரையில், நான் ஹேமாவைக் கல்யாணம் செய்து கொண்டுவிடுவது என்று முடிவாகிவிட்ட மாதிரித்தான் பேசுகிறாய் நீ!" என்றேன் நான்.

"சொல்றபோதே தெரிகிறதே, உனக்குச் சம்மதம்தான் என்று" என்றாள் ருக்கு.

சிறுமி ருக்குவுக்கு என் மனம், எனக்கே இன்னும் தெளிவாக விளங்காத மனம், எப்படித் தெள்ளத் தெளியத் தெரிந்தது என்று எனக்கு ஆச்சரியமாக இருந்தது.

எனக்கிஷ்டம்தான் என்று, நான் சொல்லுவதிலேயே தெரிந்ததே என்றாள் ருக்கு. உண்மையில் சொல்லப்போனால் எனக்கிஷ்டம்தான். ஹேமாவை நான் என் பியாட்ரிஸாக அவளைப் பார்த்த அன்றைக்கே ஏற்றுக்கொண்டு விட்டேன் என்பது உண்மைதான். அவள் சொர்க்கத்துக்கு என்னை இட்டுச் செல்லமாட்டாள்; நரகத்துக்குத்தான் இட்டுச் செல்வாள் என்று எண்ணியபோதும்கூட அவளை நான் என் பியாட்ரிஸாக ஏற்றுக்கொண்டுவிட்டேன்.

நான்தான் டாண்டே அல்லவோ என்கிற சந்தேகம் என்னை உள்ளூர அரித்துக்கொண்டிருந்தது. கவியாக இருக்க, காவியம் இயற்ற எனக்குத்தான் சக்தி போதாது போல இருந்தது. அதை நானே ஒப்புக்கொண்டேன். மகாகவியாக இருப்பதற்கும் கூட ஒரு சாதாரணத்துவம், ஒரு பைத்தியக்காரத்தனமின்மை தேவை என்றுதான் எனக்குத் தோன்றிற்று. அதுதான் எனக்கில்லை.

பியாட்ரிஸ் சரி. பியாட்ரிஸின் தாயாரைப் பற்றி டாண்டேயின் சரித்திரம் என்ன கூறுகிறது.

என்ன கூறிற்றோ எனக்குத் தெரியவில்லை. படித்ததாக நினைவில்லை.

ஆனால், அந்தப் பியாட்ரிஸுக்கும் ஒரு தாய் இருந்திருக்கத் தானே வேண்டும்? அவள் கேட்டிருப்பாளோ டாண்டேயை "லவ் என்றால் என்ன என்று?"

சூர்ப்பனகைக்குத்தான் ஒரு மகளும் இருந்ததாக தெரிய வில்லை.

இருந்திருக்கலாம். ஆனால், அதுபற்றி ஒரு தகவலும் ராமாயணத்தில் கிடைப்பதில்லை.

08

ருக்குவின் நச்சரிப்பிலிருந்து விடுபடவேதான் நான் அன்று மாலையும் வெளியே கிளம்பினேன்.

நடந்தேன்.

மாம்பலம் பக்கம் திரும்பிப் பாராமல் சைனா பஜார் பக்கம் போனேன்.

மற்றவர்களுக்கு எப்படியோ, எனக்குத் தெரியாது. என்னைப் பற்றிய வரையில் இது சிறப்பான உண்மை. கூட்டத்திலே இடித்து மோதி நடந்துகொண்டு, எதிர் வருகிறவர்களையோ பக்கவாட்டில் வந்து இடிப்பவர்களையோ லட்சியம் செய்யாமல், எருமை மாடு மாதிரி ஆனால், வேகமாக என் வழியைத் தீர்மானித்துக்கொண்டு போவதிலே, கண்ணற்றவன் போல எல்லோர் மேலும் முட்டி மோதிக்கொண்டு முன்னேறுவதிலே, பலரிடம் திட்டுவாங்கிக்கொண்டும், பலரை வாயாரத் திட்டிக்கொண்டும் நடப்பதிலே, முடிவில்லாமல், காரண காரியமில்லாமல் நடப்பதிலே, நான் ஒரு தனிப்பட்ட இன்பம் காணுவதுண்டு. அதற்கீடான இன்பம் வேறு எதுவும் எனக்குத் தெரியவில்லை.

கூட்டமாக ஜனங்கள் நெருக்கியடித்துக்கொண்டு நடக்கமாட்டாமல் நடக்கிற இடத்திலே புகுந்து, முண்டியடித்துக் கொண்டு, புகுந்து புறப்படுவதிலே எனக்கொரு ஆனந்தம் தெரிகிறது. ஜனங்கள் தனி மனிதர்களாக இல்லாமல் மந்தையாக இருக்கும் போது எப்படிப்பட்ட பழக்க வழக்கங்களை மேற்கொள்ளுகிறார்கள் என்று கவனித்தல், அவர்களுடைய நடவடிக்கைகளை

அறிந்துகொள்ள முயலுவது என்பது எனக்குச் சுவாரசியமான ஒரு பொழுதுபோக்கு.

சாதாரணமாக எனக்குக் கவனிக்கும் சக்தி என்பதே குறைவுதான். அதுவும் கூட்டத்திலே கவனித்தது எதுவும் என் மனசில் அப்படி ஒன்றும் நின்றுவிடாது. ஆனால், கவனிக்கிற காரியம் மனத்தைக் கவருகிறது. ஏதோ ஒரு கோடியைக் கவனித்தோமானால் அதுவே திரும்பத் திரும்ப என் மனசில் வந்து திடுதண்டியாக நிற்கும்; ஏண்டா இவ்வளவு கவனித்தோம் என்று எண்ணச் செய்யும். எல்லையற்ற சிந்தனைச் சிக்கல்களைத் துவக்கிவிடும்.

சிந்திப்பதென்பதே எனக்குக் கசப்பாகத்தான் இருக்கிறது.

இருந்தும், சிந்தனைகளைத் தவிர்க்க முடியவில்லை. சிந்திக்க வேண்டிய கட்டாயம், ஒரு அரிப்பு என்னையும் மீறியே எனக்கு ஏற்பட்டுவிடுகிறது.

ஒரு துளியைக் கவனிக்கிற நேரத்திலே எழுகிற சிந்தனை அலைகள் மறு துளியைக் கவனிக்காவண்ணம் என் கண்களை மறைக்கின்றன. ஒரு துளி ஆதாரம் போதும், பார்த்ததில் ஒரு சிறு பகுதி போதும், என் சிந்தனை மூட்டத்தைத் தூண்டி, தேனீக் கூட்டத்தைக் கலைத்து புஸ்ஸென்று பாயச் செய்ய, தெளிவாக இருப்பதையும் மறைத்து இருண்டுவிடச் செய்ய அது போதும். சிந்தனை ஒன்று தோன்றினால் அது என் உள்ளே வெள்ளமாகவே பெருகிப் பிரளயமே ஆடத் தொடங்கிவிடுகிறது.

என்ன செய்ய நான்?

ஏதோ ஒரு கோயிலிலே எவனோ ஒரு பாவி, உலகில் இறந்தவர்களுக்கெல்லாம் என்று, சுத்த அபஸ்வரமாக நாதசுரம் வாசித்துக்கொண்டிருந்தான். தப்பி ஓட முயன்றவன் நான். சாவுச் சிந்தனைகள், வழக்கமான வரிசையிலே என்னை ஓட விடாமல் தடுத்துத் தொடர்ந்தன. சைனா பஜார் வரை அதே நினைவு, பிறகு ஜனக்கூட்டத்திலே எமன் மறைந்து விட்டான்.

கூட்டம் கூட்டமாக, பாதையின் இருமருங்கும் நடந்தும், பாதை நடுவிலே பலவித வாகனங்களிலும் என்னுடனும் என்னை எதிர்த்தும் சென்றுகொண்டிருந்த மனிதர்களிலே அநேகமாக எல்லாருமே ஏதோ காரணமாக, ஏதாவதொரு முக்கியமில்லாத அலுவலை உத்தேசித்து எங்கெங்கேயோ சென்று கொண்டிருந்தனர்.

அந்த ஆயிரக்கணக்கான மக்களிலே என் ஒருவனுக்குத் தான் எங்கு எவ்வேலையும் இல்லை.

அவர்களுடைய முகங்களை ஒன்றன்பின் ஒன்றாகக் கூர்ந்து கவனித்தேன். அவர்களுடைய பார்வைகளிலேயே தெரிந்தது அவர்களுடைய சாதாரணத்துவம். நோக்கங்களும் லட்சியங்களும் அவர்களுடையதற்கு நோக்கம் லட்சியம் என்கிற பெரிய வார்த்தைகளை உபயோகப்படுத்த முடியுமானால் திடப்பட்டுவிட்டன அவர்களுக்கு நிலைப்பட்டுவிட்டன; கிண்டலாக வேண்டுமானால் ஸ்தம்பித்துவிட்டன என்றும் சொல்லலாம்.

அவர்களுடைய நோக்கங்களையும், போக்கையும் லட்சியங்களையும் நான் என் வரையில் நோக்கென்றோ, போக்கென்றோ, லட்சியம் என்றோ அங்கீகரிப்பேனா என்பதே சந்தேகத்துக் கிடமான விஷயம்தான். அவர்கள் தங்களுக்கென்று ஏற்றுக் கொண்டுவிட்டார்கள். அவர்களுடைய சாதாரணத்துவத்தின் வெற்றி அங்குதான் தொடங்கிற்று. அவர்கள் வாழ்வைச் சாத்தியமாக்க வளமாக்க, அந்த நோக்கங்கள், போக்குகள் லட்சியங்கள் போதுமானவையாக இருந்தன.

நான் ஒருவன்தான் அத்தனை கூட்டத்திலும் அத்தனை ஆயிரம் பேர்வழிகளிலும் மாறுபட்டவன் அசாதாரணமானவன் என்று எனக்கு நானே உறுதி கூறிக்கொண்டேன். இந்த அசாதாரணத்துவம் என்கிற உறுதி, நான் மனிதன் என்பதைத் திடப்படுத்திக்கொள்ள எனக்கே தேவையாக இருக்கிறது. அதிலே மாறுபட்டிருப்பதிலே பெருமை கண்டவன் நான்.

அந்த மாறுபடலே என்னைச் சித்திரவதை செய்கிறது என்பதும் உண்மை. எனினும் அதிலே பெருமையும் கொள்ளுகிறோன் நான்.

உரக்கவே இதைச் சொல்லிவிட்டேன் போல இருக்கிறது. நானும் அறியாமலே என் பெருமிதத்தை வாய் அசைத்துச் சொல்லிவிட்டேன் போலும்.

என் வலது பக்கத்தில் கனத்த, அவசரமாக என்னைத் தாண்டிப் போய்க்கொண்டிருந்த ஒரு சாதாரணன் நின்று திரும்பி என் முகத்தைச் சந்தேகத்துடன் பார்த்துக்கொண்டே அதட்டலாக சவால் சொல்லுகிற மாதிரி, “என்ன ஐயா ?” என்று அழுத்தலாகக் கேட்டான்.

“ஒன்றுமில்லையப்பா” என்று அவனை நிமிர்ந்து பார்த்துப் பதில் அளித்தேன்.

“சர்தான் ஸார்” என்று மேலும் அவசரமாக மேலே போனான் அவன். என்ன அவசர காரியம் இருந்ததோ அவனுக்கு ? யார் கண்டது.

‘யாரோ பைத்தியம். தனக்குத்தானே பேசிக்கொண்டே நடக்கிறது’ என்று நினைத்துக்கொண்டிருப்பான். வாய்விட்டுச் சொல்லவில்லை.

"ஒன்றுமில்லையப்பா" என்று பேச்சளவில், வாயளவில், வார்த்தையளவில் சொல்லித் தப்பித்துக்கொள்ள முடிந்தது உண்மைதான். ஆனால், ஒன்றுமில்லை என்பது நிஜம்தானா?

எவ்வளவோ இருந்ததே! தப்ப முடியாததாக அன்றோ ஆயிரம் ஆயிரம் இருந்தது.

வெறும் வாய்ச்சொல்லில் ஒன்றுமில்லை என்று சொல்லி மட்டும் லாபம் என்ன?

ருக்குவுக்கு வாழ்க்கை வசதியாக அமைந்துவிடும்.

சிறுமி என்பதனால் மட்டுமல்ல. பெண் என்பதனால் மட்டு மல்ல. என் தங்கை என்பதனால் மட்டுமல்ல. அவள் அப்பாவின் பெண் என்பதனால் மட்டுமல்ல. அடுத்த வீட்டு மக்கு ஜக்குவின் ருக்கு என்பதனால் மட்டுமல்ல. எல்லாவற்றிலும் தான். ஆனால், இதனால் மட்டும்தான் என்று ஒன்றைச் சுட்டிக் காட்டுவதற்கில்லை.

ருக்குவைப் போன்ற மனப்பாங்கும், பழக்க வழக்கங்களும், பண்பும், 'துரை முகத்தனமும்' பெற்றிருந்துவிட்டால் எல்லாவற்றையுமே, 'ஒன்றுமில்லை' என்று ஒதுக்கிவிட்டு ஒதுங்கி விடலாம்தான்.

அப்படி ஒதுங்க முடிந்தவனை வேதாந்தி என்றும், ஞானி என்றும், குருநாதன் என்றும் உலகம் போற்றத் தயாராக இருக்கும்.

மிகவும் முக்கியமான, அடிப்படையான, ஆழ்ந்து புரை யோடிச் சீழ் வைத்துவிட்ட தப்பமுடியாத விஷயங்களையும் கூட, 'ஒன்றுமில்லை' என்கிற நினைப்பிலே ஒதுக்கிவிட்டு, தானும் ஒதுங்கி, வாழ்க்கையைத் தன் மட்டில் அன்றாட வரவு செலவுக் கணக்கின்படி நடத்திவிடுபவர்கள்தான் உலகில் முக்காலே மூணு வீசம் பேர் வழிகளும் என்பது எனக்குத் தெரிகிறது.

மாயை, பொய், ஏமாற்று, வேதாந்தம் எது வேண்டுமானாலும் பெயர் சொல்லலாம். அவர்களில் பெரும்பான்மையோர் தப்பிவிட்டவர்கள். அல்லது தாங்கள் தப்பிவிட்டதாக அவர்கள் தப்பாக எண்ணிக்கொண்டிருக்கிறார்கள். தப்புவது என்கிற மனப்பான்மை இருந்தது அவர்களுக்கு. தப்பினாலும் ஒன்றுதான் தப்பிவிட்டோம் என்று எண்ணிக்கொண்டாலும் ஒன்றுதான்.

மனித சிருஷ்டி அப்படிப்பட்டது. உண்மையும் பொய்யும், நிஜமும் புரட்டும், குளத்து நீரும் கானல் நீரும் தரத்தில் ஒன்றுதான். அப்படி ஒன்றும் வித்தியாசப்பட்டதல்ல.

தப்பியதும், தப்பியதாக நினைப்பதும் ஒன்றேதானா என்று கேட்டால், உலகு பற்றிய வரையில் அப்படித்தான் என்றே எனக்குச் சொல்லத் தோன்றுகிறது.

தப்பமுடியாது, தப்ப முயலுவதே தப்பு என்று என்னைப் போல நினைப்பவர்கள் தான் அசாதாரணமானவர்கள். தப்ப முடியாதபடி என்னைப் போன்ற பத்து லட்சத்தில் ஒருவனை உலகம் ஒப்புக்கொண்டு அறைந்து மாட்டிவிடுகிறது. தப்ப முடியாது என்கிற நான்தான் சிந்தனையாளன், ஸெமி, பைத்தியக்காரன் என்கிற பட்டங்களுக்கெல்லாம் இலக்காக வேண்டியதாக இருக்கிறது.

தெருவோடு போகிறவன் நகைத்துக்கொண்டு செல்கிறான்.

காரண காரியமில்லாமல் கூட்டத்திலே இடிப்பட்டுக் கொண்டு, திக்குத்திசையில்லாமல், எதற்காக நடக்கிறேன் என்றறியாமல் நடக்கிறேன்.

இத்தனை பேர்களிலே நான்தான் அசாதாரணமானவன். சிந்திக்க அறிந்தவன், மற்றவர்களைப்போல் இல்லாதவன், காரண காரியமே இல்லாதவன், எங்கு எதற்காகப் போய்க் கொண்டிருக்கிறோம் என்றறியாமல் போய்க் கொண்டிருப்பவன் என்று எண்ணுகிறேன். அந்த எண்ணத்திலே நான் ஒரு கசப்பையும், ஒரு இனிப்பையும் ஒருங்கே காண்கிறேன்.

அந்தக் கோயில் நாதசுரத்தின் அபஸ்வரத்தைச் சுவாரசியமான வேறு ஒரு நாதசுரக்காரன் தொடருகிறான்.

சாவு என்கிற நினைவுத் தொடர் தாண்டி, கொல்ல வேண்டும், “தீன் தீன்” என்ற பாய்ந்து குத்த வேண்டும். அகப்படுகிறவர் கழுத்தை நெரித்து ஒரு சாவுக்கு காரணமாகிவிட வேண்டும் என்று தோன்றுகிறது எனக்கு.

எதிர்ப்பட்டவர்களில் யார் கழுத்து அப்படி நெரிப்பதற்கு லாயக்கானது என்று பத்துப் பன்னிரண்டு பேருடைய கழுத்துக்களைப் பார்க்கிறேன். நீண்ட கழுத்துக்கள், நகையணிந்த கழுத்துகள், ஒட்டகச் சிவிங்கிக் கழுத்துக்கள், கழுத்தேயில்லாத குதிர் வாய்க் கழுத்துக்கள், தொண்டைமுண்டு தெரிந்த கழுத்துக்கள், தொண்டை முண்டே தெரியாத கழுத்துகள் என்று எத்தனை ரகமான கழுத்துக்கள் என் கண்முன் பவனி வருகின்றன!

ஒவ்வொருவருடைய முகம் மட்டும்தான் மாறுபட்டிருக்கிறது என்பதில்லை. ஒவ்வொருவருடைய கழுத்துமே மாறுபட்டுத்தான் இருக்கிறது. அதையே தொடர்ந்து சிந்தித்தால் ஒவ்வொருவனுடைய

ஒவ்வொரு அங்கமுமே மாறுபட்டிருக்கிறது. அப்படித்தான் இருக்க முடியும் என்றும் சொல்லலாமே!

அதேபோல ஒவ்வொருவருடைய மனோபாவமும் போக்கும் கூட மாறித்தானே இருக்க முடியும் என்று எண்ணிப் பெருமைப்பட என்ன ஆதாரம் இருந்தது.

ஒவ்வொரு மனிதனுமே, உயிருமே, ஒரு கோணத்திலிருந்து பார்க்கும்போது மற்ற எல்லா மனிதர்களிடமிருந்தும், உயிர்களிட மிருந்தும் மாறுபட்டதாகத்தான் இருக்க முடியும். இந்த அடிப்படையில் தான் உலகம் வளருகிறது, முன்னேறுகிறது.

மற்றவர்கள் எல்லாரும் ஏதோ ஒரு பிடியிலிருந்து தப்பி விட்டவர்கள் என்று நான் எண்ணினேனே, அது வெறும் மாயைத் தோற்றம்தானோ? அவர்களில் யாரும் விடுபடவுமில்லை - விடுபட முயலவுமில்லை என்பதுதான் உண்மையோ? எதிலிருந்தாவது தப்பவேண்டும் என்கிற ஸ்மரணையே அவர்களுக்கு ஏற்படாமல் கூட இருக்கலாமே!

என் சிந்தனைகளை நான் பிறர்மேல் ஏற்றி வைத்து என்ன லாபம்?

“தீன் தீன்” என்று கை உருமாலை விசிறிக்கொண்டு, விரல்கள் துடிக்க அன்று தக்கர்கள் பாய்ந்து பழிவாங்க வருவார்களாம். நான் அந்தத் தலைமுறையில் ஒரு தக்கராக இருந்தவனோ?

யார் கழுத்தையாவது பிடித்து நெரிக்கவேண்டும் என்று என் கைவிரல்கள் இப்படித் துடிப்பானேன்?

என் கைவிரல்களைத் தூக்கிக் கண் எதிரில் கொணர்ந்து பார்த்தேன். நீண்டு துவண்ட விரல்கள் அவை. என் விரல்கள் ஒரு கலைஞனின் விரல்கள்.

ஆம். கொலை செய்பவனும் ஒரு கலைஞன்தானே?

கரப்பான் பூச்சியை மல்லாத்திப் போட்டுப் பார்த்திருக் கிறீர்களா? அதன் கால்கள் காற்றிலே சைக்கிள் விடுவதைப் பார்த்திருக்கிறீர்களா? அந்தக் கரப்பான் பூச்சியைப்போல, என் எண்ணக்கால்கள் இருந்த இடம்விட்டு நகராமல் சைக்கிள் விடுகின்றன.

நான் நடந்தேன். சைனா பஜார் தாண்டி, யானைக் கவுனி திரும்பி ரெயில்வே பாலத்தைக் கடந்து, ஸாலட்கொடார் தாண்டி, சூளையில் நடந்தேன். இங்கு இடத்துக்கு அவ்வளவு போட்டியில்லை. ஒரு பக்கம் கூண்டில் அகப்பட்ட சிங்கம், புலி என்கிற மிருகங்களின் கூச்சல், மறுபக்கம் விடுபட்ட அல்லது விடுபடத் தயாராக நிற்கும் ரெயில்

என்ஜின்களின் எருமை முக்காரங்கள், தெருவிலே ஓடும் மோட்டார் கார், பஸ், லாரி இவற்றின் விசித்திரமான ஹாரன்கள், சைக்கிள் மணிகள், காலி வண்டிகளின் அதட்டல் குரல்கள். ரிக்ஷாக்காரனின் டக்டக் மணிச்சப்தம், சைக்கிள் ரிக்ஷாக்காரனின் மரங்கொத்தி பாஷை.

இதுதான் சென்னை மாநகரின் கோஷ்டி கீதம்.

என்னைப் போன்ற மனிதனல்லாத மனிதனுக்கு ஏற்ற பின்னணிக் குரல் தான் அது. சந்தேகமில்லை.

கூட்டத்தை விட்டு விடுபட்டு வந்ததுமே, யானைக் கவுனி திரும்பியதும் என் கொலைவெறி தணிந்துவிட்டது. என் கைவிரல்கள் பேனாவைப் பிடிக்கத் துடித்தனவே தவிர, யார் கழுத்தையும் நெரிக்க இப்போது துடிக்கவில்லை.

எழுதத் துடித்தன விரல்கள், ஹேமாவுக்கு என் மனத்திற்குள் ஒரு காதற்கடிதம் எழுதினேன். காதல் இசையாகப்பாட, சென்னை என்கிற கோஷ்டி கீதம் பின்னணியாக ஒலிக்க, நான் வாக்கியம் வாக்கியமாக எழுதிப் பாடிக்கொண்டே நடந்தேன். மறு வாக்கியம் தொடங்கும் போது முதல் வாக்கியம் மறந்துவிடும். அதனாலென்ன? எழுதுகிற இன்பம் பெரிதுதானே? யார் கண்ணிலும் படாவிட்டாலும், அது உயர் இலக்கியம்தானே? அதேபோல என் காதல் கடிதம் ஹேமாவை எட்டாது என்றாலும் கூட என் காதல் கடிதத்தில் கடிதத்தன்மையும், காதல் தன்மையும், கவிதையும் இசையும் நிறைந்திருந்தது.

காதலிலே கவர்ச்சி அதிகமா, அருவருப்பு அதிகமா என்று என்னால் தீர்மானிக்க முடியவில்லை.

கரப்பான் பூச்சி அருவருப்புத் தரும் பூச்சிதான். ஆனால், அது மல்லாந்து கிடந்து காற்றிலே கால்களால் சைக்கிள் விடும் போது என்னால் அதைப் பார்க்காமல் இருக்க முடிவதேயில்லை. கவர்ச்சியும்தான் இருந்தது அதிலே!

ஹேமாவைக் கவர்ச்சி என்று சொன்னால் ஹேமாவின் தாயாரை அருவருப்பு என்று சொல்லலாமா? எந்த ஆதாரத்தில் இரண்டையும் சொல்லுவது என்றுதான் தெரியவில்லை.

இரண்டுமே அர்த்தமற்ற உருவெளித் தோற்றம்தானா?

இரண்டையும் மறந்து விடுவது நல்லதா!

கடிதத்தில், என் கற்பனைக் காதல் கடிதத்தில் கடைசிப் பாராவைச் சூர்ப்பனகையின் மகளே என்று தொடங்கினேன்.

அந்தக் கடிதம் உண்மையிலேயே அவள் கையில் கிடைத்திருந்தால் ஹேமா என்ன சொல்லுவாள் என்று சிந்தித்தபடியே ரண்டால் ரோடு வழி, வேப்பேரி தாண்டி, ரிப்பன் பில்டிங் அடைந்து, மூர்மார்க்கெட் தாண்டி, சவத் தோட்டமும் பாலமும் தாண்டி, மவுண்ட் ரோடு வழியே வாலாஜாரோடு அடைந்து, வேங்கடரங்கம் பிள்ளை தெரு அடைந்தேன்.

வேட்டுகள், மேளதாளம், வாணவேடிக்கை, திருவாசகம், இவற்றுடன் பூவும் மணமும் தீச்சட்டியும் புகைய யாரோ ஒருவன் கடைசிப் பயணம் போய்க்கொண்டிருந்தான். அந்த ஊர்வலத்திலே மன நிம்மதியுடன் கலந்து கொண்டேன்.

பூப்பல்லக்கிலே வாழ்க்கைப் பயணத்தை முடித்துவிட்டுக் கால் நீட்டிக் கிடந்தவனுக்கு மன நிம்மதி இருந்தது.

எனக்கு மன நிம்மதி அவ்வளவு சுலபமாக வருமா?

வாசலில் ருக்கு நின்று பிண ஊர்வலத்தை வேடிக்கை பார்த்துக்கொண்டிருந்தாள்.

“என்னடி, ராத்திரி ஒன்பது மணிக்கு வாசற்கதவைத் திறந்து வைத்துக்கொண்டு வேடிக்கை பார்க்க வருவது என்ன பழக்கம்?” என்று ருக்குவைக் கடிந்துகொண்டே உள்ளே போனேன்.

என்னைப்பற்றிய வரையில் நான் அசாதாரணமானவனாக இருக்கத் தயார்தான். சவ ஊர்வலங்களில் கலந்து கொண்டு, சவ மன நிம்மதியைத் தற்காலிகமாகவேனும் பெற முயலுவதற்குத் தயார்தான். ஆனால், என் தங்கை ருக்கு சாதாரணமானவளாக இருக்க வேண்டும் என்றுதான் எனக்குத் தோன்றிற்று. ஹேமா என் மனைவியாகப் போவதாக இருந்தால் அவளும் சாதாரணமானவளாகத்தான் இருக்க வேண்டும்.

ஆனால், சூர்ப்பனகையின் மகள் எப்படியிருப்பாள்?

அதுபற்றி ராமாயணம் கூட ஏதும் சொல்லவில்லையே என்று எனக்கு வருத்தமாகத்தான் இருந்தது.

நானும் ஒரு லட்சியமுமில்லாமல் நடக்கவில்லை என்கிற எண்ணம் சட்டென்று எனக்கு உதித்தது. எங்கே, எத்திக்கில் நடந்தால் என்ன? இரவு ஒன்பதுக்கோ, பத்துக்கோ, பதினொன்றுக்கோ வீடு என்கிற லட்சியம் என்னை வரவேற்கக் காத்திருந்தது. அது நோக்கித்தான் இதுவரை ஒரு ஐந்து மணி நேரமாக, நானும் அறியாமலே நடந்திருக்கிறேன்.

09

ருக்கு காத்திருந்தாள் எனக்காக.

கல்யாணம் நிச்சயமானால், ஜாதகங்கள் பொருந்தினால், பெரியவர்கள் பேசுகிற லௌகீகம் ஒத்துக்கொண்டால், வருங்காலத்தில் ஹேமா காத்திருப்பாள்.

என் அசாதாரணத்துவம் என்று நான் இதுவரை மனசில் கட்டி வந்த கோட்டை கொத்தளங்கள் எல்லாம் ஆகாசக் கோட்டைகள் தான். என் நினைப்பே வெறும் ஆதாரமற்றவைதான் போலும். இனிக்கிறது என்ற சுவைத்த அப் பாயசம் மனப் பாயசம்தான்.

நானும் சாதாரண மனிதர்களிலே ஒரு சாதாரண மனிதன்தான்! தானாக விரும்பிச் சிறைச் சுவர்களை வரவேற்று கதவை நானே இழுத்துத் தாளிட்டுக்கொண்டு, அடைபட்டுக் கிடக்க நானும்தான் தயாராக இருந்தேன் என்பது எனக்கே இப்போது தெளிவாகிவிட்டதே!

அசாதாரணமானவன் என்று கதைத்து என்ன லாபம்!

மூக்கரையன் கதை உண்மையான மனோதத்துவ அடிப்படையில் எழுந்தது. ஊர் பூராவையும் மூக்கரையர்களாக்க ஒரு மூக்கரையன் முயலுவது நியாயம்தான். அதேபோல நான் அசாதாரணமானவனாக இருந்தால் ஊரையெல்லாம் அசாதாரணமானவர்களாக்க முயலமாட்டேனா? அதற்கு மாறாக ருக்குவை, “என்ன வேடிக்கை இது? உள்ளே போ” என்று அதட்டினேன். விசித்திரம்தான்.

மனிதன் விடுதலையை வேண்டுகிறான் என்பது உண்மையல்ல என்றுதான் தோன்றுகிறது. விடுதலையை

வேண்டியவனாக இருந்தால் வீடு என்று ஒன்றைக் கட்டிக் கொண்டிருப்பானா?

அரண்மனையாகத்தான் இருக்கட்டுமே, அது ஒரு சிறைச் சாலையில்லாமல் வேறு என்ன?

மனிதன் என்றுமே விடுதலையை நாடுவதாகச் சொல்ல முடியாது. ஒரு சிறையிலிருந்து இன்னொரு சிறைக்குத் தப்ப விரும்புகிறான் என்று வேண்டுமானால் சொல்லலாம்.

வாழும்போது சாவுதான் விடுதலையோ என்று தோன்றுகிறது. செத்தபின் வாழ்வேதான் விடுதலையோ என்று தோன்றலாம், இல்லையா? அப்படியில்லை என்று யார் மீண்டு வந்து நமக்குச் சொல்லியிருக்கிறார்கள்?

பகற்பொழுதிலிருந்து இரவுக்கும், இரவிலிருந்து பகலுக்கும், விழிப்பிலிருந்து தூக்கத்துக்கும், தூக்கத்திலிருந்து விழிப்புக்கும், உண்மை நடப்பிலிருந்து கனவுக்கும், கனவிலிருந்து உண்மை நடப்புக்கும், நீர்க் குளத்திலிருந்து கானல் நீருக்கும், கானல் நீரிலிருந்து நிஜ நீர்நிலைக்கும் மாறி மாறித் தாவுகிறானே மனிதன் - அது எதற்காக? பட்டி மாதிரிக் காடாறுமாதம் நாடாறுமாதம் வாழ்ந்து வாழ்நாட்களைப் பெருக்கிக்கொள்ளவா? அது உண்மை என்று கடைசியிலாவது தெரிகிறதா பார்த்து விடுவோமே என்கிற வீராப்பா?

எது சிறை?

எது விடுதலை?

எது சுதந்திரம்?

எது அடிமைத்தனம்?

யாராவது நிச்சயமாகச் சொல்லிவிட முடியுமோ?

சாவுதான் விடுதலை என்றால், வாழ இத்தனை முயற்சிகள் ஏன்?

ஆனால், இன்னொன்றும் இருக்கிறது. மனிதர்கள் விடுதலையைத்தான் வேண்டுவார்கள், வேண்டுகிறார்கள் என்று யார் நிச்சயமாகச் சொல்ல முடியும்?

சிறை என்பது பழகிப் போய்விட்ட இடமாகிவிட்டால், அதிலே அணில் குஞ்சின் நட்புக் கிடைத்துவிட்டால், சிறை வாழ்வும் சுலபமாகிவிடும். சிறை வாழ்வென்பது சுவடு தேய்ந்த பாதையிலே வளைய வருவதாகிவிடும்.

விடுதலையை நாடுபவன் எப்போதும் புதுவிதிகளை நாடவேண்டும். புதுப் பாதைகள் வகுத்துக்கொள்ள வேண்டும். புதுச் சிந்தனைகள் சிந்திக்க வேண்டும். யாருக்குப் போதுமான தெம்பிருக்கிறது இதற்கெல்லாம்.

விடுதலையின் நிர்ப்பந்தங்கள், கட்டாயங்கள் அல்ல, சொல்பமானவை அல்ல. விடுதலை என்பது தொல்லை தரும் விஷயம்தான். மனிதன் சிறையிலேயே இருந்து வாழ்ந்து எப்படியோ காலத்தைத் தள்ளிவிட முயலுவதும் நியாயம் என்றேதான் சொல்ல வேண்டும்.

என் வீட்டுச் சிறையிலே அன்றிரவை எப்படியோ கழித்து விட்டேன்.

பகலில் கல்லூரிச் சிறைக்குள் போக இஷ்டமில்லை. ஏதோ ஒரு டூமாஸ் நாவலைப் பத்தாவது தடவையாகப் படித்துக் கொண்டு மத்தியானம் காபி சாப்பிடுகிற வரைக்கும் பொழுது போக்கிவிட்டேன்.

பக்கத்து வீட்டு மக்கு ஜக்குவைப் பெண் பார்க்க யாரோ வர இருந்தான் என்பதற்காக ருக்கு கூட அன்று அவ்வளவாகக் கலகலவென்றில்லை. என் ருக்குவையும் பெண் பார்க்க இப்படித்தான். யாராவது என்றாவது வருவானோ ? வரட்டும். பார்க்கிறேன் என்று உறுமினேன்.

சாத்தியம் அல்லாததையும் சாத்தியம் என்று எண்ணுகிற போதுதான், செயலில் ஈடுபடுவது சாத்தியம் என்று எனக்குத் தோன்றுகிறது. ருக்குவைத் தேடிக்கொண்டு ஒருவன் வரட்டுமே பார்க்கலாம் என்று உறுமுகிறேன் நான். இதை வெளிப்படையாகவே நான் ருக்குவிடம் சொன்னபோது அவள் எல்லாம் தெரிந்த ஒரு சிரிப்புச் சிரித்துவிட்டு வார்த்தையே பேசாமல் போய்விட்டாள்.

நான் வார்த்தைச் சிறைக்குள் அகப்பட்டவன். என்னால் வார்த்தைகளை விட்டுத் தப்பிவிட என்ன செய்தாலும் முடிவதில்லை.

வார்த்தைகளை நம்பியே உயிர் வாழ்கிறேன் நான்.

வார்த்தைகளே சிந்தனைகள் என்கிற நித்தியமான கொள்கையுடன் காலந்தள்ளுபவன் நான்.

ஆகாசக்கோட்டைகள் அஸ்திவாரமற்றவை. ஆனாலும் என் ஆகாசக்கோட்டைகளைச் சாத்தியமாக்குபவை வார்த்தைகள்தான்.

வார்த்தைகளை ஊன்றுகோல்களாகக் கொண்டே நான் இந்தப் பதினெட்டு வருஷங்களையும் தள்ளிவிட்டேன். இனி யுள்ள ஒரு பதினெட்டோ இரு பதினெட்டோ மூன்று பதினெட்டோ - அப்படித்தான் போகும்.

கல்யாணத்துக்கு எனக்கு என்ன அவசரம் ?

நான் நாலரை ரூபாய் கொடுத்து வாங்கிய அந்த அனுபவம் என் அப்பாவுக்குத் தெரிந்துவிட்டது என்பது எனக்குத் தெரியும். அவரும் அதற்குப் பக்கத்துக் குச்சுக்குப் போக்குவரத்தாக இருப்பவர்தானே?

அதனால் தான் அவசரப்பட்டதா?

அல்லது ஹேமாவைக் கண்டதும் எனக்குக் காதல் வந்துவிட்டது. இனி சும்மா இருந்தால் காரியம் கெட்டுவிடும் என்று எண்ணினாரா அவர்?

அல்லது அவர் நண்பரின் மருமகள், என் வயதுள்ளவள் கிடைத்துவிட்டாள். காலதாமதம் செய்வானேன் என்று எண்ணினாரோ?

எப்படி எந்தக்காரணமானால் என்ன? விஷயம் முற்றி விட்டது. ருக்கு சொன்னதிலிருந்து ஜாதகப் பரிவர்த்தனை வரையில் வந்துவிட்டது.

கல்யாணம் செய்து கொள்ளுவதில் எனக்கொன்றும் தடையில்லை. ஒருநாள் பூராவும் நாதசுரம் வாசிப்பான் என்பதைத் தவிர எனக்குக் கல்யாணம் செய்து கொள்வதில் எவ்வித ஆட்சேபமும் இல்லை.

அதுவும் ஹேமாவைப் போன்ற ஒரு பெண் கிடைத்தால் நான் அதிருஷ்டசாலிதான்.

ஆனால், அவள் தாயார், அந்தச் சூர்ப்பனகையின் விஷயம் என்ன?

அதுதான் என் மனத்தைக் கலக்கியது.

10

அந்த வேங்கடநாராயணா ரோட்டில் அந்த வீட்டை அடையும்போது மணி மூணரை. அப்போது ஹேமா கல்லூரியில் இருப்பாள், வீட்டிலிருக்கமாட்டாள் என்பது தெரியும். அவள் தாயாரைச் சந்திக்கத்தான் போனேன் என்று சொல்லவேண்டும்.

அவள், அதே ஊஞ்சலில், நான் நேற்று விட்டுப் போன நேரத்திலிருந்து அசையாது அப்படியே உட்கார்ந்திருப்பவள் போல உட்கார்ந்திருந்தாள், ரவிவர்மாவின் மோகினியாக.

“வா” என்றாள்.

நான் வருவேன் என்று தெரிந்தே அவள் காத்திருந்தது போல இருந்தது.

“வந்துவிட்டேன்” என்றேன்.

ஊஞ்சல் லேசாக ஆடியது. எதிரில் பிரம்பு நாற்காலிக்குப் பதிலாக மெத்தென்று, தாயின் கர்ப்பப்பையின் கதகதப்பையும் மிருதுத் தன்மையையும் நினைவுபடுத்திய அந்த ஸோஃபா போடப்பட்டிருந்தது. அதிலே உட்கார்ந்தேன்.

ஹேமா இருக்கமாட்டாள் என்று தெரிந்தேதான் நான் வந்திருந்தேன். ஏன்? எதற்காக? என்று என்னை நானே கேட்டுக் கொண்டேன்.

பதிலே இல்லாத கேள்விகள் கேட்டு என்னையே திக்கு முக்காடச் செய்து கொள்ளுவதில் நான் புலிதான்.

கடவுள் என்று ஒருவன் உண்டானால் அவன் மனிதர்கள் என்கிற மாணவர்களுக்கு பதில் தரமுடியாத

கேள்வித்தாள்கள் தயாரித்து எல்லோரையும் திணற அடிக்கும் ஒரு "டனா டாவண்ணா " வாகத்தான் இருக்கவேண்டும்.

கேள்விகள் பலவற்றிற்குப் பதிலே கிடையாதுதான். ஆகவே கேள்விகள் கேட்பதே முட்டாள்தனம் என்றுதான் சொல்ல வேண்டும். இருந்தும், மனிதன் கேள்விகள் கேட்டுக்கொண்டே தன் பொழுதைப் போக்கிக்கொண்டிருக்கிறான், பாவம்! வேதங்கள் என்ன, பைபிள் முன்னோடிகள் என்ன, ஜொராஷ்டர் என்ன, சீனத்து லாவும் குங்கும் என்ன, சிலுவை ஏசு என்ன எல்லாரும் ஒருவர்பின் ஒருவராக பதிலேயில்லாத கேள்விகளைச் சரமாரியாகக் கேட்டுக்கொண்டேதான் மனித சரித்திரத்திலே இடம் பெற்றிருக்கிறார்கள்.

நம்புகிறவர்கள் நம்பிவிட்டுப் போகட்டும். இவர்கள் எல்லாராலும் மனிதகுலம் அடைந்துள்ள முழு முடிவான நன்மைதான் என்ன என்று கேட்டால்...?

அதற்கும் பதில் கிடைக்காதுதான்!

என் சிந்தனைகள் எந்த முடிவையும் நோக்கி நகர மறுக்கின்றன.

எதிரே ஊஞ்சலில் உல்லாசமாக வீற்று ஆடிக்கொண்டிருந்த ஆரஞ்சுப் புடவை பழுப்பு நிறச் சோளிக்காரிக்கும் எனக்கும் என்ன சம்பந்தம்? அவள் யாரோ, நான் யாரோ! இல்லாத ஒரு சம்பந்தத்தை ஏற்படுத்திக்கொண்டு நான் அவஸ்தைப்படுவானேன்?

என் கலைஞன் விரல்கள் கொலை செய்யத் துடித்தன.

சூர்ப்பனகையே ஜாக்கிரதை என்று அவளுக்கு லட்சுமணன் குரலில் சொல்ல விரும்பினேன் நான்.

ஆனால், நான் லட்சுமணன் அல்லன். வெறும் ராமன்தான்.

சூர்ப்பனகை என்னை நாடி வரவில்லை. இன்று அவளை நான்தான் தேடி வந்திருந்தேன். என்ன உத்தேசத்துடன் அப்படி வந்திருந்தேன் என்று எனக்கு நிச்சயமாகத் தெரியவில்லை.

நான் அங்கு அந்த சமயம் வந்து மாட்டிக்கொண்டது பிசகு என்று எனக்குத் தோன்றியது.

மீண்டும் ஓடிவிடுவது சரியல்ல.

இருந்து சமாளிக்கத்தான் வேண்டும்.

"உனக்குப் பதில் சொல்ல வந்தேன்" என்று தைரியமாகத் தொடங்கி அவள் கேட்ட காதல் கேள்விக்கு எனக்குத் தெரிந்த பதிலைச்

சொல்லிவிட்டால் நல்லதுதான். அவளைப் பார்க்கப் பார்க்க எனக்குத் துணிச்சல் வரவில்லை. பேச்சை எடுக்கவே வாய் வரவில்லை.

ஏதோ ஒரு பொய் சொல்லத்தான் வாய் வந்தது. "ஹேமாவின் மாமாவை என் அப்பா அழைத்து வரச் சொன்னார் கையோடு" என்றேன்.

ஹேமாவின் தாயார் லேசாக ஊஞ்சலை ஆட்டிவிட்டுச் சொன்னாள்: "நேற்று மாலை ஏதோ தந்தி வந்தது, யாருக்கோ ஊரில் உடம்பு சுகம் இல்லை என்று, தம்பி விசுவநாதன் ஊருக்குப் போய்விட்டான். வர ஒரு வாரம், பத்து நாள் ஆகும்" என்றாள்.

"சரி' என்று எழுந்து திரும்பியிருக்க வேண்டியதுதானே நான்? அப்படிச் செய்யாமல் ஸோஃபாவில் இன்னும் சௌகரியமாக அசைந்து சாய்ந்து கொண்டு உட்கார்ந்திருந்தேன்.

"ஹேமா கல்லூரி போயிருக்கிறாள். நீ போகவில்லையா?" என்று கேட்டாள். "இன்று மட்டம் போட்டுவிட்டேன்" என்றேன். வாசலில் கார் வரும் சப்தம் கேட்டது.

"நம்ப வீட்டுக் கார்தான். ஹேமாதான். அதற்குள் வந்து விட்டாளே!" என்றாள் ஹேமாவின் தாயார், ஊஞ்சலைவிட்டு இறங்காமல், வாசல் பக்கம் பார்த்துக்கொண்டே.

"தப்ப முடியாது!" அதுவும் நல்லதுதான் என்று எண்ண மிட்டேன் நான். தப்ப விரும்பவில்லை நான். அது எனக்குத் திடமாகவே தெரிந்தது.

பூட்ஸ் கால்களுடன் யாரோ நடந்து வரும் சப்தம் கேட்டது. ஹேமா மட்டும் அல்ல; அவளுடன் வேறு யாரோ, ஒரு ஆணும் வருகிற மாதிரி இருந்தது. ஹேமாவும், ஹேமாவைப் பின் தொடர்ந்து ஒரு வாலிபனும் உள்ளே வந்தனர்.

என்னை அச்சமயம் அங்கு ஹேமா எதிர்பார்க்கவில்லை என்பது அவள் முகத்தைப் பார்த்ததுமே தெரிந்தது. அவள் கன்னங்கள் சற்றே கன்னின, லேசாகச் சிவந்தன. நாணம் என்றோ, வியப்பு என்றோ, பிரியம் என்றோ, குழப்பம் என்றோ தீர்மானமாகச் சொல்லமுடியாத ஒரு பாவம் அவள் முகத்தில் படர்ந்த து.

ஹேமாவும் தன் தாயாரைப் போலத்தான் என்று எனக்கு அச்சமயம் நிச்சயமாகத் தெரிந்தது.

சூர்ப்பனகையின் மகள்! தாடகை வம்சம்! அசுரகணம்!

அவளுடன் வந்த வாலிபனையும் கவனித்தேன். புதுசாகக் கலையாதபடி வாரி விடப்பட்ட கிராப்புத் தலையும், வண்ணான் மடிப்புத் தெரிந்த

ஆடைகளுமாகக் காட்சியளித்தான் அவன். முகத்திலே அறிவும் அறிவில்லாமையும் கலந்த ஒரு அசட்டுக்களை பரவியிருந்தது. அவன் நடை உடை பாவனையிலே ஒரு தன்னம்பிக்கை துருத்திக்கொண்டு நிற்பது போல இருந்தது. செய்கிற எக்காரியம் பற்றியும் அவன் ஒரு தடவை கூடச் சிந்திக்கிற ஆசாமியல்ல!

ஒரு இரண்டு நிமிஷம் பார்த்த பிறகுதான் அவனும் என்னுடன் எங்களுடன் படிக்கிற மாணவன் சந்திரசேகரன் என்று எனக்கு ஞாபகம் வந்தது.

படிப்பதைவிட, விளையாடுபவன் என்று சொல்லுவது பொருந்தும். படிப்பிலே எங்கள் வகுப்பில் அவன் கடைசி விளையாட்டுப் பந்தயத்திலே எங்கள் கல்லூரியிலே அவன்தான் முதல்.

ஹேமாவின் தாயார் அவனையும் வரவேற்றாள். "வா சந்திரசேகர், வா" என்று. தனக்கு மிகவும் பரிச்சயமானவன் போல அவனை வரவேற்றாள். அவனும் அந்த வீட்டுக்கு அடிக்கடி வந்து போய்க்கொண்டிருப்பவன்தான் போலும்! என்னைப் போல, என்று நானே சேர்த்துக்கொண்டேன்.

ஒரே நிமிஷத்தில் ஹேமா சமாளித்துக் கொண்டு விட்டாள். என்னை அவள் அங்கு எதிர்பார்த்திருக்கமாட்டாள். ஆனால், நான் வந்து அவள் தாயாருடன் பேசிக்கொண்டிருப்பதென்பது சர்வசாதாரண விஷயம் போல, மிகவும் பழக்கப்பட்ட விஷயம் போல் அபிநயித்தாள். "முந்தியே வந்துவிட்டீர்களா? உங்களுக்குச் சந்திரசேகரைத் தெரியுமில்லையா?" என்று கேட்டாள்.

சந்திரசேகருக்குத்தான் என்னை அங்கு கண்டது பற்றி என்ன நினைப்பது என்று தெரியவில்லை. வேறு யாரைக் கண்டிருந்தாலும் அவனுக்குப் பாந்தமாக இருந்திருக்கும். ஹேமாவைத் துரத்திக் கொண்டு இந்த 'ஸெமி' வந்திருப்பது அவனுக்கு ஆச்சரியமாகத்தான் இருந்திருக்கும்.

அர்த்தமற்ற சமூகப் பழக்க வழக்கங்கள் பலவும் வணக்கம், கைகுலுக்கல், சௌக்கியமா எல்லாமே சிந்தனைத் தயக்கத்தை மறைக்கவே ஏற்பட்டவை என்றுதான் சொல்ல வேண்டும்.

"ஹௌ ஆர் யூ?" என்று கேட்டுக்கொண்டே முன் வந்து, எங்களுக்கிடையே என்றும் இருந்திராத ஒரு நட்புடன் என் கையைப் பிடித்துக் குலுக்கினான் சந்திரசேகர். ஏதோ ஒரு புதுமாதிரியான சகோதரத்துவத்தை நிலைநிறுத்த விரும்பினான் போலும், அழகி ஹேமாவைத் துரத்தி ஓடும் வாலிபர் சங்கம் என்று அதற்குப் பெயர் வைக்கலாமே!

"உட்காரு சந்திரசேகர்" என்று தேன் சொட்டும் குரலில் சொன்னாள் ஹேமாவின் தாய். என்னைவிட அவன் தனக்கு வேண்டியவன் என்று தன் குரலால் சொல்ல அவள் விரும்பினாள் என்று எனக்குத் தோன்றியது.

சந்திரசேகரன் எனக்கு எதிர்ப்பக்கம் இருந்த ஆசனத்தில் உட்கார்ந்தான். ஊஞ்சலில் ஆடிக்கொண்டிருந்த அம்மாமியைப் பயபக்தியுடன் பார்த்தான்.

அந்தப் பயமும் பக்தியும் எனக்கு ஒருக்காலும் வராது, வந்துவிடக்கூடாது என்றுதான் நான் என்றுமே பிரார்த்திருப்பேன்.

"உன் சிநேகிதர் கெட்டிக்காரர்னு ஹேமா சொன்னாள். உன்னைக் கேட்ட கேள்வியையே அவரையும் கேட்டேன். பதில் சொல்ல, நேற்றுப் போய்விட்டு, இன்று வந்திருக்கிறார்" என்றாள் ஹேமாவின் தாயார், ஊஞ்சலை விஷயமாக லேசாக உந்திவிட்டுக் கொண்டே.

"காபி கொண்டுவரச் சொல்றேன்" என்று ஹேமா, பின் அறைத் திரைக்கப்பால் மறைந்து தப்பித்துக்கொண்டாள்.

கோப மேகங்கள் என்னுள்ளே மூண்டு எழுந்தன. இடித்து மோதின.

"நான் கேட்ட கேள்வி தெரியுமே! அதற்கு நீ அன்று சொன்ன பதிலைச் சொல்லு மறுபடியும் " என்றாள் ஹேமாவின் தாயார் விஷமப் புன்சிரிப்பு கடைவாயில் தவழ.

வயதுக்கு ஏற்காத கேள்வி! வயதுக்கு ஒவ்வாத விஷயம்! வயதுக்கு ஒவ்வாத புன்சிரிப்பு அது!

ஓஹோ! ஏற்கனவே நடந்துவிட்ட சம்பாஷணைதானா இது என்று எண்ணினேன்.

வழியோடு போகிறவர்கள், வருகிறவர்களையெல்லாம் ஒரு கேள்வி கேட்டு மடக்கியடிக்குமாம் ஒரு ஸ்ஃபின்க்ஸ். அந்த மாதிரித் தன் வீட்டுக்கு வருகிறவர்களையெல்லாம் இதே கேள்வியைக் கேட்டுக்கொண்டிருந்தாளோ இவள்?

அந்த ஸ்ஃபின்க்ஸ் பாதிப் பெண்ணுருவும், பாதி மிருக உருவமும் கொண்டதாக இருந்ததாம்! இவள் பாதி மனுஷி, மறுபாதி ராட்சஸி! கவர்ச்சிகரமான ராட்சஸிதான், சூர்ப்பனகை அழகியாக வேஷம் போடுகிறாள்.

ரவிவர்மா விஷயம் தெரிந்தேதான் மோகினியை வயதாகிக் கொண்டிருக்கும், அழகு அழிந்து கொண்டிருக்கும் ஒரு ஸ்திரீயாக,

ஊஞ்சலில் உட்கார்த்தி வைத்துச் சித்தரித்திருக்கிறார் என்று சொல்ல வேண்டும். ஒரு உண்மையான உருவகம் அது. மோகினி இப்படித்தான் இருப்பாள்; மோகினிப் பிசாசு இப்படித்தான் மனிதன் மனத்தில் பற்றிக்கொள்ளும்.

"உங்களுக்குத் தெரியாதா? வயசாச்சே! வயசாகாத எங்களைக் கேட்கிறீர்களே? எங்களுக்கு நீங்கள் சொல்லித்தர வேண்டாமா?" என்று ஒரேடியாக விஷயத்தைத் தீர்த்து விடலாமா என்று எண்ணினேன்.

"கற்றுத் தருகிறேன் வா" என்று பதில் சொல்லி விட்டாளானால் என்ன பண்ணுவது?

சந்திரசேகரன் சிந்திக்க அறியாதவன். அவன் தயங்க வில்லை. "பரிசுத்தமான இரண்டு உள்ளங்கள் ஒன்றுபடுவதே காதல்" என்று 'பாடம்' ஒப்பித்தான்.

மிகவும் சுலபமான பதில். நான்கூட நேற்றே சொல்லியிருக்க முடியும்.

உள்ளம் ஒன்றுபட்டுவிட்டால், உடலும் ஒன்றுபட்டுத்தானே ஆகவேண்டும்?

(பாவம்! மனிதன் எத்தனையோ பொய்களைச் சிருஷ்டித்துக்கொண்டு அந்தப் பொய்களின் ஒளியிலே வாழ முயலுகிறான். அந்தப் பொய் ஒளிகளிலே இந்தக் காதலும் ஒன்று. இதற்குக் கலைஞர்கள் பல தலைமுறைகளாக இலக்கியக் கலை மெருகு ஏற்றித் தந்திருக்கிறார்கள்.)

காதல் என்பது உண்டாக இரண்டு உள்ளங்கள் தேவை. இரண்டு உடல்களும் தேவைதான். பரிசுத்தம் தேவை. ஒன்றுபடுதல் தேவை. பேஷ்!

அரசியலையும் பொருளாதாரத்தையுமே உண்மையென்று நம்பி வாழ முயலும் இன்றைய மனிதனுக்கு உள்ளங்கள் உண்டா? பரிசுத்தம் என்பது என்ன என்று தெரியுமா? அல்லது, தானின்றிப் பிறருடன் ஒன்றுபடுவது என்பது தெரியுமா?

இரவொரு சினிமாவும் நாளைக்கொரு சினிமா ராணியுமாகக் காலங்கடத்தும் இந்தக் காலத்து யுவன் சந்திரசேகரன் அவன் காதலைப்பற்றி அறியாதது என்ன?

கோபம் என்னுள்ளே தீயாக மூண்டெழுந்தது.

"பரிசுத்தமான உள்ளங்கள் என்று இன்று உலகில் உண்டா?" என்று கேட்டேன்.

திடுக்கிட்டு என்னைத் திரும்பிப் பார்த்தான் சந்திரசேகர். நான் கேட்டது அவனுக்கு புரியவில்லைதான். எப்படிப் புரியும்?

“தூய உள்ளம் என்பதும், மற்ற எத்தனையோ தூயங்களைப் போல, ஒரு கட்டுக்கதைதான்” என்றேன் நான். “பரிசுத்தத்திலோ உள்ளங்களிலோ எத்தனை பேர் இந்தக் காலத்தில் நம்பிக்கை வைத்தவர்கள் இருக்கிறார்கள்? உனக்கே நம்பிக்கையுண்டோ சொல்லு” என்றேன்.

“சரியான கேள்வி” என்று என்னை ஆமோதித்தாள் ஹேமாவின் தாயார்.

என்னை ஆமோதிப்பவர்களைக் கண்டால் எனக்கு என்றுமே பிடிக்காது. சூர்ப்பனகை ராட்சஸி என்று என் மனத்திற்குள் சொல்லிக்கொண்டேன்.

“உடல் ஒன்று சேர முயற்சிக்கலாம். ஆனால், உள்ளங்கள் ஒன்று சேருவதாகச் சொல்லுவது வெறும் புரட்டு. பொய்” என்றேன் தொடர்ந்து.

“காதல் என்பது ஒரு புனிதமான உணர்ச்சி” என்றான் சந்திரசேகரன்.

“வெறும் வார்த்தைகள்” என்றேன். “புனிதம் என்பதில் நம்பிக்கை வைக்க மனிதகுலம் மறுத்து இப்போது பல தலைமுறைகளாகிவிட்டன” என்றேன்.

ஊஞ்சலாடுவதை நிறுத்திவிட்டு நான் சொல்லுவதை கவனமாகக் கேட்டாள் ஹேமாவின் தாயார். அரக்கிதான் அவள் சந்தேகமில்லை அசுரகணத்தவள்!

அவள் கழுத்தைப் பிடித்து நெரித்துவிட வேண்டும் என்று கைவிரல்கள் துடித்தன.

அவள் கழுத்திலே அழகு இன்னமும் குடியிருந்தது. நாலு விரல் வைத்து அழுத்த இடமிருந்தது. குரல் வளையைப் பிடித்தால்...

“காதல் என்பது வெறும் அசட்டுக் கற்பனையா? குருட்டு நம்பிக்கைதானா?” என்றான் சந்திரசேகரன்.

“காதல் என்பதை நம்பித்தான் எல்லாக் கவிகளும் தங்கள் வாழ்க்கையை நடத்தியிருக்கிறார்கள். தங்கள் காவியங்களுக்கு உயிர் தந்திருக்கிறார்கள். உலகத்திலேயுள்ள பல புரட்டுகளில் இந்தக் காதல் என்கிற புரட்டும் ஒன்று.”

“சபாஷ்” என்று சொல்லிவிட்டு சூர்ப்பனகை மீண்டும் ஊஞ்சலை உந்தி ஆட்டிவிட்டாள்.

சந்திரசேகரன் பதில் சொல்லவில்லை.

நானே தொடர்ந்தேன்: "காலம் என்கிற ஒன்றைப் போலக் காதல் என்பதும் நாமாக, நமக்காக என்று சிருஷ்டித்துக் கொண்டுவிட்ட ஒரு பொய். அந்த பொய்யின் உதவியில்லாமல் வாழ்வே சாத்தியமில்லை போலத் தோன்றுகிறது. இலக்கியத்தில் மட்டும் 'நிஜமாக' இருந்த ஒரு கானல் நீரை எடுத்து நாம் நீர்நிலையாக மாற்றிக்கொள்ள முயன்று ஏமாறுகிறோம்!"

சந்திரசேகரன் திணறினான் என்பது தெரிந்தது எனக்கு. புரிந்துகொள்ளவே திணறினான்.

"உலகத்திலுள்ள இன்பங்கள் எல்லாமே உண்மையானவை என்று நான் நம்புகிறேன். அவற்றிலே காதல் இன்பம் தலையாயது என்றும் நான் கருதுகிறேன். என்னுடன் பலரும் அப்படித்தான் நினைக்கிறார்கள் என்று எனக்குத் தோன்றுகிறது" என்றான் சந்திரசேகரன்.

"ஆடுகளுக்குத் தழை தின்பது இன்பம் தருகிற விஷயம். அதேபோல மனிதன் காதலிலே இன்பங்காணக் கற்றுக்கொண்டு விட்டான்" என்றேன் நான்.

"இன்பமேயில்லை என்று மறுக்கிறாயா நீ?"

"உடலின்பம் உண்டு; உண்டு. இல்லையென்று யார் சொல்ல முடியும்? அதை ஏற்றுக்கொள்ள மறுத்துவிட்டு இல்லாத காதலின்பத்தைச் சுவைப்பது முட்டாள்தனம் என்றுதான் சொல்லுகிறேன்" என்றேன், அழுத்தந்திருத்தமாக.

இதற்கு யாரும் பதில் தராததனால், நானே இரண்டு வினாடிக்கெல்லாம் தொடர்ந்து சொன்னேன்: "உலகத்துக் காவியங்கள் யாவும் கிட்டாத காதலைத்தான் வருணிக்கின்றன. கிட்டாத வரையில் தான் அந்த உணர்ச்சிக்காக காதல் என்கிற பெயர் தகும். ஹெலனை ஏற்றுக்கொள்ள விரும்பும் மெனிலாஸை அவளைப் பதிவிரதை, தானாக இன்னொருவனுடன் ஓடிவிட்டவள் என்று அறிந்தே ஹோமர் ஏற்றுக்கொள்ள வைக்கிறார். மகரிஷியான வால்மீகிக்கு அது சாத்தியப்பட வில்லை. சீதை பதிவிரதைதான் என்று தெரிந்திருந்தும் அவளை அக்கினிப் பரிட்சைக்கு உள்ளாக்குகிறான் ராமன் என்கிறார். இதற்கெல்லாம் விசேஷ அர்த்தங்கள் உண்டுதானே!"

இதற்கும் பதில் இல்லை. "தற்காலக் கவி ஒருவர் சொல்லியிருக்கிறபடி..."

ஹேமாவின் தாயார் குறுக்கிட்டாள்: "எனக்குக் கவிதை பிடிக்கும். ஏதாவது கவி சொல்லுங்கள்" என்றாள்.

எனக்குக் கோபம் உள்ளே மூண்டது.

"Does the imagination dwell the most
upon a woman won or woman lost"

என்று டபிள்யூ. பி. யேட்ஸ் என்கிற தற்காலக் கவி கேட்கிறார்."

"கவியின் பதில் என்ன?"

ஹேமாவின் தாயாரை நிமிர்ந்து பார்த்தேன் நான். "கவிகள், கடவுள், ஞானிகள் யாரும் நாம் கேட்கும் கேள்விகள் எதற்கும் பதில் தருவதில்லையே" என்று சொல்லிவிட்டு, நானும் அந்த வரிசையைச் சேர்ந்தவன் தான் என்று காட்டுவதற்கே போல, வாயை மூடிக்கொண்டேன்.

மௌனமானேன்.

இத்தனை பேசிவிட்டதே பைத்தியக்காரத்தனம் என்று எண்ணினேன். எனக்கென்னவோ பேசத் தொடங்கிவிட்டால் நிறுத்த மனம் வருவதே கிடையாது. வார்த்தைகள் தான் கோடிக்கணக்கில் இருக்கின்றனவே! எல்லா வார்த்தைகளையுமே உச்சரித்துப் பார்த்துவிட வேண்டும் போல எனக்கிருக்கும்.

"ஹேமா உன்னை ஏன் கெட்டிக்காரர் என்று சொல்லுகிறாள் என்று இப்போதுதான் தெரிகிறது" என்றாள் ஹேமாவின் தாயார், ஊஞ்சல் ஆடுகிற வேகத்தில் பட்டுப்புடவை ஓரம் அலைந்து உள்பாவாடையின் வெள்ளை ஓரம் தெரிய.

எங்கள் காதல் சம்பாஷணை முடிந்துவிட்டது என்று அறிந்து கொண்டவள் போல ஹேமா எங்கள் மூவருக்கும் அந்தச் சமயம் பார்த்துக் காபி கொணர்ந்தாள்.

அவள் கதவுக்கப்பால் நின்றிருந்தாளானால் நாங்கள் பேசியதெல்லாம் நிச்சயமாக அவள் காதிலும் விழுந்திருக்கும். வேண்டும் என்று கேட்டுக்கொண்டும் இருந்திருப்பாள் அவள்.

ஹேமா சூடான, ஆவி பறந்த காபியை என் கையில் தந்தபோது அதைக் கைநீட்டி, வாங்கிக்கொண்டேனே தவிர, நான் அவள் முகத்தை நிமிர்ந்து பார்க்கவில்லை. யாருடைய முக பாவமும் அப்படியொன்றும் சட்டென்று உண்மையைச் சொல்லிவிடுவதில்லை என்பது எனக்குத் தெரியும்.

ஹேமாவினுடைய உள்ளம் பரிசுத்தமானதுதானா? என் உள்ளம் பரிசுத்தமானதுதானா? எங்கள் உடல்கள் கூடப் பரிசுத்தமானதாக இருக்கும் என்று நம்ப எனக்குத் தைரியம் இல்லை.

பாபத்தில் பிறந்து, பாபத்தில் வாழ்ந்து, பாபத்திலே இறப்பவர்கள் மனிதர்கள் என்று அவர்கள் பாபத்தைப் போக்க வந்து தியாகம் செய்தான் ஏசுகிறிஸ்து. புத்தன் அன்பு அடிப்படை தேடினான். குரு குங் உறவுமுறை கிளர்த்தினான். வார்த்தைகளின் ஓய்வே வார்த்தைகளின் முடிவு என்றும், செயலில்லாமையே செயலின் முடிவு என்றும் வற்புறுத்தினான் குரு லாவ். எத்தனையோ மதங்கள் எத்தனையோ அடிப்படைகள்.

மத அடிப்படை போகட்டும். மனோதத்துவ அடிப்படை, இன்று பலர் நம்புகிற அந்த மனோதத்துவ அடிப்படை என்ன சொல்லுகிறது?

பிறந்த குழந்தை தாயிடம் பால் சாப்பிடும்போது விஷம் மனத்துடன்தான் பால் சாப்பிடுகிறது என்கிறான் ஃப்ராய்ட்.

இந்த அழகிலே பரிசுத்தம் பேசி என்ன பயன்? பரிசுத்தம் என்பதற்கு அர்த்தம் என்ன?

உடல்சேர்க்கையை நாடியே எல்லா உடல்களுமே உயிர் பெற்றிருக்கின்றன என்கிற அளவில் ஸிக்மண்ட் ஃப்ராய்ட் நமக்கு இன்றையத் தத்துவத்தை நிர்மாணித்து விட்டான். அதை நம்ப ஆதாரம் இருப்பது போலவே இருக்கிறது.

இந்த அழகில் பரிசுத்தம் என்பதை அளவிட, பாலில் தண்ணீர் விட்டிருப்பதை அளவிடக் கருவி ஒன்று இருப்பது போல, ஒரு கருவி இருந்தால் தான் நல்லது.

“காபி சாப்பிடுங்கள்! ஆறிவிடும்” என்ற ஹேமாவின் குரல் என் சிந்தனைகளில் குறுக்கிட்டது.

என் கையில் காபி இருப்பதை நான் உணர்ந்தேன். ஒரு சொட்டு காபி சிந்தி, என் சட்டையில் கறையாக்கி விட்டது.

பரிசுத்தத்தின் மறுப்புத்தானே கறை?

நிமிர்ந்து ஹேமாவைப் பார்த்தேன்.

அவள் என்னைப் பார்த்த பார்வையைக் காதல் பார்வை என்று சொல்லுவது பொருந்தும்தான். என்னிடம் இல்லாத ஒன்றைக் கண்டு, அதற்காக அவளிடம் இல்லாத ஒன்றைத் தரத் தயாராக இருந்தாள் அவள் என்று அப் பார்வை எனக்கு அறிவுறுத்தியது.

காதலில் நம்பிக்கையேயற்ற என்னிடம் காதலை வைத்து பாவம் அவள் என்ன இன்பத்தைக் கண்டுவிடப் போகிறாள்? ஆனாலும் அவளைத் தடுக்க நான் யார்?

இல்லாத ஒன்றில் ஈடுபட நானும் தயார்தான்.

உலகத்தோடு ஒட்டி வாழ்வதுதான் மிகவும் சுலபம்!

காதல் என்பது ஒரு கவர்ச்சி... உண்மையல்லாத, நிலைத்து நிற்காத, புலனுணர்ச்சியை அடிப்படையாகக் கொண்ட, தவிர்க்க முடியாத ஒரு பிணைப்பு உணர்ச்சியைக் காதல் என்கிறோம். ஆணும் பெண்ணும் உணரும் கவர்ச்சியைக் காதல் என்றும், ஆணும் ஆணும் கவரப்பட்டால் அதை நட்பு என்றும், கடவுள் என்ற இல்லாத ஒன்றிடம் கவர்ச்சி பெற்ற மனிதனைப் பக்தி வசப்பட்டவன் என்றும் சொல்லுகிறோம். காதல், நட்பு, பக்தி எல்லாம் ஒருவிஷயத்தின் மாறுபட்ட பல பெயர்கள்.

ஹேமாவை நான் கவர்ச்சியான ஓர் உருவமாக உணருகிறேன். அதுதான் காதலா?

அதுதான் காதல் என்று அவள் ஏற்றுக்கொள்ளத் தயாராக இருப்பது போலவே தோன்றுகிறது.

சூர்ப்பனகை என்ன ஆவது?

அவளைத் தேடியும் என்னால் வரமுடிந்ததே! அதை என்னவென்று சொல்லுவது? அவள் கவர்ச்சியை என்னவென்று சொல்லி எப்படி விவரிப்பது?

ஹேமா ஒதுங்கி நின்று வேடிக்கை பார்த்தாள்.

காபியைச் சாப்பிட்டுவிட்டு, கப்பை சிறு மேஜைமேல் வைத்துவிட்டு என் கைகள் இரண்டையும் அப்போதுதான் புதுசாகப் பார்ப்பவன் போலத் திருப்பித் திருப்பிப் பார்த்தேன்.

எனக்குக் கைகள் இருந்தன. ஒரு கலைஞனின் கை விரல்கள் இருந்தன.

அவளுக்கு, அந்தச் சூர்ப்பனகைக்கு, அழகான கழுத்திருந்தது.

சூர்ப்பனகையிடமிருந்து இந்த ராமனைக் காப்பாற்ற ஓடிவர லட்சுமணனோ இல்லை.

என் கையேதான் எனக்கு உதவி செய்தாக வேண்டும்.

இதோ என் கைகள்!

ஹோவென்று ஒரு இரைச்சல் என் காதை நிரப்பியது.

என் கைகளையும், எதிரிலிருந்தவளையும் மாறிமாறிப் பார்த்தேன்.

ஹேமாவும் அதே அறையில் தான் இருந்தாள். அவள் அந்த ஐந்தாறு வினாடிகள் என் கண்ணில் பட்டதாகவே எனக்குத் தெரியவில்லை.

கைகளிலேதான், விரல்களுக்கு ஊடே எத்தனை ரத்தம் பிறீட்டு அடித்தது! அந்தக் கழுத்துத்தான் எத்தனை அழகாகத் தெரிந்தது! அந்த அழகான பல் வரிசை! வெற்றிலைக் காவி படிந்த உதடுகள் லேசாகத் திறக்க, தலைமயிரில் இளநரை ஓடி, வயதாகிக்கொண்டிருந்ததைக் காட்டிய நடு உடல் - பருமனுடன் அந்த உடல் - உயிர் பிரியும் தருவாயில் எப்படித் தவித்தது!

நிமிர்ந்து பார்த்தேன். ஊஞ்சலில் காணவில்லை அவளை!

கைகளைப் பார்த்தேன்.

ஒரே ரத்தம்!

எழுந்து ஓடிவிட்டேன்.

போலீஸ் ஸ்டேஷன் எங்கிருந்தது என்று தெரியும் எனக்கு.

“The multitudinous seas incarnadine” என்று மாக்பெத் பாடம் ஒப்பித்தேன். போலீஸ் இன்ஸ்பெக்டரிடம். ஏழு கடல்களும் ரத்தமாக ஓடுகின்றன என்றேன்.

போலீஸ் இன்ஸ்பெக்டர் அப்படி ஒன்றும் என்னை நம்பிவிடுவதாக இல்லை. வேங்கடநாராயணா ரோடு விலாசம் சொன்னேன். சைக்கிளில் ஆளை அனுப்பினார்.

என் கைகளில் ரத்தம் தோய்ந்து கசகசவென்று காய்ந் திருந்ததே! என் கை ரத்தம் ஏன் அவருக்குத் தெரியவில்லை?

அவள் உடல் என் கைகளுக்கிடையில் கழுத்தைத் தந்து விட்டு எப்படித் துடித்தது என்று தத்ரூபமாக விவரித்தேன்.

போலீஸ் இன்ஸ்பெக்டர் முகத்தில் நம்பிக்கையே வரவில்லை.

சைக்கிளில் போன போலீஸ்காரன் வந்தான். தன் பொட்டில் கைவைத்து, “பைத்தியம்” என்றான்.

இன்ஸ்பெக்டர், “அரைமணி உன்னால் வீண். போடா சோமாறி, வீட்டுக்கு” என்றார்.

வீட்டு விலாசத்தை மட்டும் கேட்டுக் குறித்துக்கொண்டார்.

11

ரத்தமும் கையுமாக வீடுவந்து சேர்ந்தேன்.

ருக்குவினாலும் என் கையில் ரத்தத்தைக் காண இயல வில்லை.

"ஹேமா அழகாகத்தான் இருக்கிறாள் அண்ணா. கல்யாணம் செய்து கொண்டு விடு. மன்னியை எனக்குப் பிடித்து விட்டது." என்றாள் ருக்கு.

"நீ எங்கே பார்த்தாய் அவளை?" என்று கேட்டேன்.

"அவளும் அவள் அம்மாவும் சற்றுமுன் வந்து அரை மணி இருந்துவிட்டு இப்பத்தான் போகிறார்கள். உன்னைப் பற்றி இருவரும் பேசினார்களோ, பேசினார்களோ அப்படிப் பேசினார்கள். அந்தப் பெண் உன்னைத் தவிர வேறு யாரையும் கல்யாணம் செய்து கொள்ள மாட்டாளாம். உன்னைக் கண்டதும் முதலே, சுமார் இரண்டு வருஷமாகவே அவள் தன் வீட்டில் உன்னைப் பற்றித்தான் பேசிக்கொண்டிருப்பாளாம்." என்று ருக்கு மடமடவென்று பேசினாள்.

உண்மையை ஒப்புக்கொண்டுதான் ஆகவேண்டும். என்னால் சூர்ப்பனகையைத் தீர்த்துக்கட்ட இயலவில்லை.

நான் ராமன். லட்சுமணன் அல்லன்.

ஓடிய ரத்தமும், துவண்டு துடித்த உடலும் ஹேமாவுக்கு நான் எழுதிய கடிதம் போலவே கற்பனைதான்.

ஆனால், மனிதனுடைய வாழ்விலே எது கற்பனை, எது நிஜம் என்று யார் தீர்மானித்துச் சொல்லிவிட முடிகிறது?

உண்மை என்பதற்கும், பொய் என்பதற்கும் இடையே உள்ள தடுப்பு, திரை, கோடு, மிகவும் மெல்லியது; மென்மையானது. அதனால் தான் மனிதன் உண்மைக்கும் பொய்க்கும் இடையே இப்படி ஊசலாடி வாழமுடிகிறது.

நான் சூர்ப்பனகையைக் கொன்றுவிட்டேன் என்பதும் உண்மைதான்.

இப்போதெல்லாம் ஹேமாவின் தாயின் நிழல் எனக்குச் சூர்ப்பனகை உருவமாகக் காட்சியளிப்பதில்லை, கற்பனையில்

சூர்ப்பனகை அன்றோடு இறந்துவிட்டாள் என்றுதானே அர்த்த ம்?

என் கையில் படிந்திருந்த ரத்தத்தைப் போலீஸ் இன்ஸ் பெக்டரோ, ருக்குவோ காண மறுத்தார்கள் என்றாலும் கூட நான் கொலைகாரன் தான். என் கைகள் ரத்தத்தில் தோய்ந்தவைதான்.

சூர்ப்பனகை இன்று இல்லாமையே அவள் கொலையுண்டு விட்டாள் என்பதற்குப் போதுமான சாட்சியமல்லவா?

சூர்ப்பனகை இல்லை. ஹேமாவின் தாயார் மட்டும் இருக்கிறாள்.

ஹேமாவைப் பற்றித்தான் என் நினைப்பெல்லாமே தவிர, ஹேமாவின் தாயைப் பற்றி எனக்கென்ன கவலை!

அசுரகணம் எங்கு எப்படி வேண்டுமானாலும் தலை விரித்தாடட்டும். இனி என்னைப் பாதிக்காது. ஒரு வீரச் செயல், அது கற்பனையில் தான் என்றாலும் வீரச்செயல் தானே செய்து நான் மீண்டெழுந்துவிட்டேன்.

ருக்கு தனக்கு ஹேமாவைப் பிடித்திருக்கிறது என்று சொன்ன அன்றைக்கே என் கல்யாணம் நிச்சயமாகிவிட்ட மாதிரித்தான்.

அப்பா என் சம்மதத்தைக் கேட்டபோதெல்லாம், "நான் பரிட்சைக்குப் படிக்கிறேன் அப்பா" என்றேன்.

ருக்குதான், " அண்ணாவுக்குச் சம்மதம்தான்" என்று எனக்காகச் சொன்னாள்.

கல்யாணம் நிச்சயம் ஆன பிறகு நான் வேங்கடநாராயணா ரோட்டுக்குப் போவதை நிறுத்தி விட்டேன். போவது சரியல்ல என்று அப்பா சொன்னார். அப்படித்தான் எனக்கும் தோன்றிற்று.

ஹேமாவின் நினைவுகள் தினமும் என்னை நரகத்துக்கும், சொர்க்கத்துக்கும் இட்டுச் சென்றன வழக்கம்போல.

வழக்கம் போல் படிப்பு நடந்தது.

பி.ஏ.யில் நான் அந்த வருஷத்தியப் பட்டியலில் இரண்டு ஸப்ஜெக்ட்களில் முதலாவதாகத் தேறினேன்.

ஹேமாவும் தேறிவிட்டாள்.

பிறகுதான் கல்யாணம்.

நான் சாதாரண மனிதனாகி விடுவதற்குச் செய்த முயற்சிகள் என் வரையில் பலித்துவிடும் போலத்தான் இருந்தது.

இப்போதெல்லாம் மனிதன் மனிதன் என்று ஏதாவது ஒரு சிந்தனையைத் துரத்திக்கொண்டு நான் ஓடிக்கொண்டிருப்பதில்லை. கால் வலிக்க நடை, நடையென்று போவதுமில்லை. அதற்கு மாறாக வீட்டிலே உட்கார்ந்து ருக்கு சொல்லுவதை எல்லாம் கேட்கப் பழகிக்கொண்டேன்.

“ஹேமா சொல்லுவதைக் கேட்கப் பழகுவதற்கு இது ரிஹர்ஸல்” என்று ருக்குவே என்னைப் பல தடவைகளில் கேலி செய்கிறாள். இருந்தும் எனக்குக் கோபம் வருவதில்லை.

அவளும் ஹேமாவும் அடிக்கடி சந்தித்து என்னைப் பற்றிப் பேசிக்கொள்ளுகிறார்கள் என்று எனக்குத் தெரியும். என்னைப் பற்றி என்ன பேசிக்கொள்வார்களோ, அது கடவுளுக்குத்தான் வெளிச்சம்.

ஒருநாள் கல்யாணத்துக்குத் தேதி வைத்த பிறகு நடந்தது இது. கல்யாணத் தேதிக்கு இன்னும் இருபது நாள் இருந்தது, ருக்கு சிரித்துக்கொண்டே வந்தாள்.

“என்ன இப்படிச் சிரிப்பு” என்று கேட்டேன்.

“ஹேமா உன்னுடைய காதல் தத்துவப் பேச்சுப் பற்றிச் சொன்னாள். அவள் அம்மாவோடும், சந்திரசேகர் என்கிற வாலிபனோடும் விவாதம் செய்தாயாமே, உனக்குக் காதலில் நம்பிக்கையே இல்லாத மாதிரி” என்றாள் ருக்கு.

ருக்குவும் காதல் பற்றிப் பேசத் தொடங்கிவிட்டாளா? சூர்ப்பனகை நிழல் அங்கும் ஒளிந்திருக்கிறதா என்று தூக்கி வாரிப் போட்டது.

“அதைப்பற்றி என்ன இப்போது” என்று முகத்தைக் கடுப்பாக வைத்துக்கொண்டு கேட்டேன்.

“உன் பேச்சிலே காதலில் நம்பிக்கையில்லாத மாதிரி தொனித்தாலும் நீ காதலில் நம்பிக்கை வைத்திருப்பவன் என்பது பின்னாடி தெரிந்ததாம் ஹேமாவுக்கு!”

“எப்படி?”

"அதுவா? நீ வீட்டை விட்டு ஓடிப்போய், உன் காதலியை உனக்குக் கல்யாணம் பண்ணித்தர மறுத்த உன் காதலியின் தாயைக் கொன்றுவிட்டதாகப் போலீஸ் ஸ்டேஷனில் போய்ச் சரண் அடைந்தாயாமே! கதை மாதிரி இருக்கிறது!" என்று கூறிச் சிரித்தாள் ருக்கு.

அட ஈஸ்வரா? அதுவும் தெரியுமோ ஹேமாவுக்கு என்று முதலில் தோன்றியது. பிறகுதான் போலீஸ்காரன், சைக்கிளில் ஏறிக்கொண்டு என் காதலின் தூதுவனாகப் போயிருக்கிறான் என்று தெரிந்தது. வெட்கக்கேடுதான்!

கல்யாண தினத்தன்று காலையிலிருந்து எங்கள் வீட்டிலேயே நாதசுரக்காரன் வெளுத்து வாங்கத் தொடங்கி விட்டான்.

எனக்கோ சாவு நினைவுகளாகவே வந்து மண்டிக் கொண்டிருந்தன.

அன்று போலீஸ் ஸ்டேஷனுக்குச் சென்று வந்த பிறகு என் கல்யாண தினத்தன்றுதான் நான் ஹேமாவின் தாயாரைப் பார்க்கிறேன்.

ஹேமாவும் நானும் கையைக் கோர்த்துக்கொண்டு, கழுத்தில் மாலைகளுடன், அவள் தாயாருக்கும் நமஸ்காரம் செய்யப் போனோம்.

முன்னைக்கு இப்போது இளமையுடன் காட்சியளித்தாள் ஹேமாவின் தாயார். "பெண்ணுக்கு நல்ல இடத்தில் கல்யாணம். தாயின் சந்தோஷத்தை வர்ணிக்க முடியுமா?" என்று கேட்டார் விசுவநாதன்.

என் கலைஞனின் விரல்கள் துடித்தன. குனிந்து பார்த்தேன்.

நல்லவேளையாக ஹேமா என் கைவிரல்களைக் கெட்டியாகப் பிடித்துக்கொண்டிருந்தாள்.

ஹேமாவின் தாயாரின் கழுத்திலே நாலு விரல் ஊன்ற இடம் இருந்தது. எத்தனை ரத்தம்? எத்தனை துடிதுடித்தது அவ்வுடல் பிராணனை விடுமுன்!

ஹேமாவின் தாயார் ஹேமாவின் தாயாராகவே இருந்தாள். பக்கத்தில் நிழல் இல்லை. சூர்ப்பனகை அன்றே இறந்து விட்டாள்!

கல்யாணத்துக்கு விருந்தினனாக அந்தக் காதல் தூதன், சைக்கிள் போலீஸ்காரன் வந்திருந்தான். அவன் ரகசியமாக, "நான் பெரிய அம்மாவிடம் சொல்லவேயில்லை. சின்னம்மாவிடம்தான் பக்குவமாகச் சொன்னேன். அவ்வளவு தெரியாதுங்களா எனக்கு?" என்று கண்ணைச் சிமிட்டினான்.

தான் காதல் தத்துவத்தைப் பூரணமாக அறிந்தவன் என்கிற நினைப்பு அவனுக்கு.

அவன் நினைப்புப் பொய் என்று சொல்ல நான் யார்?

அது எப்படியானாலும் அவன் திருப்தியைக் கெடுப் பானேன் நான். தவிரவும் ஒரு கல்யாணச் சாப்பாடு கிடைத்து விட்டது அவனுக்கு. அவன் செய்த காரியத்தால். அதுவும் திருப்திப்பட வேண்டிய விஷயம்தானே?

எனக்கும் என் செயல்கள் சிந்தனைகளால் இப்படிப்பட்ட சுலபமான திருப்திகள் ஏற்பட்டுவிடுமானால் நல்லது என்றுதான் தோன்றுகிறது. முடிவில்லாத சிந்தனைகளால் என்ன லாபம்?

ஒவ்வொரு செயலும் ஒரு கல்யாணச் சாப்பாடு போன்ற திருப்தியான விஷயத்தில் முடிய வேண்டும். அதுதான் நல்லது.

ஓய்ந்திருந்த நாதசுரக்காரன் மீண்டும் தொடங்கிவிட்டான்.

ஹேமாவின் கண்களிலும் நீர் நிறைந்ததைக் கண்ட நான், "ஏன்?" என்று ரகசியமாகக் கேட்டேன்.

"அப்பா இல்லையே என்று நினைத்தேன்" என்றாள் ஹேமா. அவளுக்கும் நாதசுரம் ஒரு சாவைத்தான் நினைவுபடுத்தியது என்பது தெரிந்தது. "எனக்கு அம்மா இல்லை" என்றேன்.

அந்த வாக்கியத்துடன் என் தோல்வி எனக்குப் புரிந்து விட்டது. சூர்ப்பனகையைக் கொல்ல முயன்று உழன்றது போக, அவளை என் தாயாகவும் ஏற்றுக்கொள்ளத் தயாராகி விட்டேன் நான்.

அசுரகணம் விருத்தியாகாமல் என்ன செய்யும்!

ஓ ராமா! ஓ லட்சுமணா!

கூவலாம். பதில் குரல் கொடுக்க யார் இருக்கிறார்கள்!